ఓ కలం జ్ఞాపకం

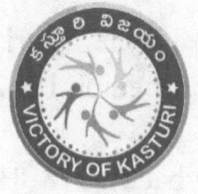

భమిడిపాటి గౌరీశంకర్

ALL RIGHTS RESERVED

All rights reserved. No part of this publication may be reproduced, stored in or introduced into a retrieval system, or transmitted, in any form by any means may it be electronically, mechanical, optical, chemical, manual, photocopying, or recording without prior written permission of the Publisher/ Author.

Oo Kalam Gnapakam

Author: Bhamidipati Gowrisankar

Copy Right: Bhamidipati Gowrisankar

Published By: Kasturi Vijayam
Published on: Feb2024

ISBN (Paperback): 978-81-964872-8-7

Print On Demand

Ph:0091-9515054998
Email: Kasturivijayam@gmail.com
Book Available
@
Amazon, flipkart

ఓ కలం జ్ఞాపకం

అంకితం

సహృదయులు, స్నేహశీలి, మానవతా మూర్తులు, సాహితీ రత్న శ్రీ, శ్రీమతి వారణాశి సత్తిబాబు, (పూర్వ పి.ఎస్.వి.అర్ ఓ) శోభ, (ప్రధానోపధ్యాయులు, జిల్లా పరిషత్ ఉన్నత పాఠశాల, మండపేట, తూ. గో. జిల్లా) గారి దంపతులకు

స్నేహపూర్వకంగా...

అంకితం

– రచయిత

కృతజ్ఞతలు

ఓ కలం జ్ఞాపకం, పుస్తకరూపంలో రావటానికి సహకరించిన తెరవెనుక మిత్రులకు, నా అభివృద్ధిని నిరంతరం ఆకాంక్షించే మా విద్యాసంస్థల అధినేత్రి శ్రీ జి.వి. స్వామినాయుడు గారికి కృతజ్ఞతలు తెలుపుకోవటం నా ధర్మంగా భావిస్తాను.

నన్ను నిరంతరం ప్రోత్సహిస్తున్న గురుతుల్యులు.... స్నేహశీలి... మధురవచస్వి సాహితీమూర్తి.. మా కళాశాల ప్రిన్సిపాల్ డా॥ పులఖండం శ్రీనివాసరావుగారికి....

నన్నెంతగానో అభిమానిస్తున్న, ఈ పుస్తకానికి ముందు మాట రాసిన లోగిలి అంతర్జాల పత్రిక వ్యవస్థాపక సంపాదకులు శ్రీ ఫణింద్ర, శ్రీ 'అగ్నిశిఖ' షణ్ముఖ గారికి...

నా కోరికను మన్నించి 'అంకితం' స్వీకరించిన సహృదయులు శ్రీ వారణాశి సత్తిబాబు గారి దంపతులకు

నాకు వెన్నుదన్నుగా నిలుస్తూ.. నా ప్రతీ పుస్తక ప్రచురణకు ప్రోత్సాహమిస్తున్న మంచి మిత్రులు, చందు, చిన్ని, నా సోదరుడు శ్రీ జగన్నాధరావు గారికి.... వదినలు..మరదళ్ళకు.. ప్రముఖ జర్నలిస్ట్ శ్రీ సదా శివుని కృష్ణ గారికి...

నా పుస్తకాలను చక్కగా ముద్రిస్తున్న కస్తూరి విజయం వారికి ... మరియు వారి సిబ్బందికి... కృతజ్ఞతలు తెలుపుతూ....

- రచయిత

ఓ మంచిమాట

జి.వి. స్వామి నాయుడు
గురజాడ విద్యాసంస్థలు
శ్రీకాకుళం

మా గురజాడ విద్యాసంస్థల అనుబంధమైన గాయత్రి డిగ్రీ కళాశాలలో ఆంధ్రోపన్యాసకునిగా విద్యా సేవలందిస్తున్న శ్రీ భమిడిపాటి గౌరీశంకర్ కథా రచయితగా సాహితీ పాఠక లోకానికి సుపరిచితులు. చక్కని సామాజిక స్పృహతో వచ్చిన వీరి రచనలు పోటీలకు నిలబడి ఎన్నో బహుమతులు, ప్రశంసలు అందుకున్నాయి.

ఏడు కథా సంకలనాలు మరియు "కె.జె.రావు – ఒక స్ఫూర్తి, ఒక దిక్సూచి" అనే జీవిత విశేషాలతో కూడిన రచనలు పాఠకుల ప్రశంసలకు ఆలవాలము. నేడు ఈ " ఓ కలం జ్ఞాపకం" వెలువరించడం అభినందనీయం. కథా రచయితగా, పత్రికా సంపాదకునిగా, అధ్యాపకుడిగా, సౌమ్యశీలిగా, నిరాడంబరుడిగా, నిగర్విగా, నిబద్ధత తో కూడిన జీవనశైలి గలిగిన శ్రీ గౌరీశంకర్ గారు మా సంస్థలో ఉద్యోగి కావడం మా సంస్థ అదృష్టంగా భావిస్తూ – అభినందిస్తూ, ఉన్నత సోపానాలు అధిరోహించాలని ఆకాంక్షిస్తూ... గాయత్రి మాత చల్లని దీవెనలు ఎల్లవేళలా వీరికి ఉండాలని, ఆయురారోగ్య భోగాలతో విలసిల్లాలని కోరుకుంటూ....

జి.వి.స్వామి నాయుడు
శ్రీకాకుళం

అభినందన చందనం

డా॥ పులఖండం శ్రీనివాసరావు
రాష్ట్రస్థాయి ఉత్తమ అధ్యాపక పురస్కార గ్రహీత,
ప్రిన్సిపాల్
శ్రీ గాయత్రి కాలేజ్ ఆఫ్ సైన్స్ & మేనేజ్మెంట్
శ్రీకాకుళం

సౌమ్యశీలి, నిరాడంబరుడు, సహృదయుడు, సజ్జన సాంగత్యాభిలాషి, నిగర్వి, ప్రచారపేక్ష నిరపేక్షక కథారచయిత శ్రీ భమిడిపాటి గౌరీ శంకర్ గారి కలం నుండి జాలువారిన 'ఓ కలం జ్ఞాపకం' పుస్తకంగా తీసుకురావడం సంతోషదాయకం. ఈ వ్యాసాలన్నీ 'లోగిలి' అంతర్జాతీయ | అంతర్జాల పత్రికలో ప్రచురితమయ్యాయి. దాదాపు తెలుగు పత్రికలన్నీ గౌరీశంకర్ రచనలను ప్రచురిస్తున్నవి.

ఈ పుస్తకం గౌరీశంకర్ కు వివిధ సాహితీ అంశాల పట్ల ఉన్న అవగాహన, పట్టును తెలియజేస్తుంది. రచయిత సామాజిక జీవనం చేస్తూ ,సామాజిక అంశాలపై స్పందిస్తూ, అక్షరాల మణిదీపాలను వెలిగించి, దోషరహిత సమాజ పురోగమనానికి దారి చూపించే మార్గదర్శి. అటువంటి సమున్నత భావశబలత గలిగిన శ్రీ భమిడిపాటి మరిన్ని రచనలతో లోకాన్ని ప్రదీప్తం చేయాలని ఆకాంక్షిస్తూ... శ్రీ గౌరీశంకర్ గారికి అభినందన చందనం.

పులఖండం శ్రీనివాసరావు
25. 12. 2023

శ్రీకాకుళం

ముందుమాట

సంపాదకులు

మహారథి 'ఫణీంద్ర'

సహ సంపాదకులు

అగ్నిశిఖ 'షణ్ముఖ'

"A truly good book is something as natural, and as unexpectedly and unaccountably fair and perfect, as a wildflower discovered on the prairies of the west, or in the jungles of the east."

-William Thoreau

మనిషిని మనిషితో కలిపి పెనవేసే గొప్ప సాధనమే సాహిత్యం అని నమ్మిన మేమిద్దరం, మా కలాల నుండి అక్షరాలను విదిలించడం మొదలుపెట్టాం. ఓ కలం దేశం బాధలు చూపిస్తే, మరో కలం వైయ్యుక్తిక భావన వినిపించింది.

'హితేన సహితం సాహిత్యం' అని నమ్మిన మేము ఇప్పుడిప్పుడే కొత్తగా రచనా రంగంలో ఓనమాలు దిద్దుతూ తమ ప్రతిభను కనబరుస్తున్న ప్రవర్ధమాన కవులకు,

రచయితలు, రచయిత్రులకు, అలాగే రచనలో తమ మార్క్ ను చూపిన వర్ధమాన రచయితలకు అనుసంధానంగా, వారధిగా నిలిచే సరికొత్త వేదికను అందించి వారి రచనలను తెలుగు పాఠకులకు అందించాలని సంకల్పించుకుని హితులు, స్నేహితులు, శ్రేయోభిలాషుల సహకారంతో జూన్ 5 2020న ఓ అంతర్జాల సాహిత్య మాసపత్రికను ప్రారంభించాం, అదే "లోగిలి".

మూడు పదుల వయసులో మాకు ఉన్న ఆ కొద్దిపాటి వనరులతో, ఆ కొన్ని పరిచయాలతోనే ముందుకు సాగాం. పత్రికలో సరికొత్త శీర్షికలను ఎన్నింటినో ప్రవేశపెడుతూ, నూతనత్వాన్ని చూపిన మేము ప్రముఖ రచయితల గురించి, వారి రచనా శైలి, జీవిత విశేషాల గురించి నేటి తరానికి తెలిసేలా "ఓ కలం జ్ఞాపకం" అనే శీర్షికను మొదలు పెట్టాలని ఆశపడ్డాం. అయితే ఈ శీర్షిక ను ఎవరి చేత రాయించాలి? అనే సంశయం మాలో మొదలైంది. ఒక్కసారిగా ఇద్దరికీ మెదిలిన ఒకే ఒక్క పేరు "భమిడిపాటి గౌరీ శంకర్". పత్రిక ప్రారంభించాలని అనుకున్న నాటి నుండి మాకు ఎన్నో సలహాలను అందిస్తూ, శీర్షికలకు వినూత్నమైన పేర్లు సూచిస్తూ, వాటికి నామకరణాలు చేయిస్తూ మాలో ఒకరై మాతో నడుస్తూ మమ్మల్ని నడిపించారాయన. ఆయన ఓ మంచి కథా రచయిత. ఆయనతో మాట్లాడుతున్న ప్రతిసారీ సాహిత్యంలో ఏదో ఓ కొత్త అంశాన్ని మేం నేర్చుకుంటూ వచ్చాం. ఈ 'కాలమ్'ను ఆయన మాత్రమే సమర్థవంతంగా నిర్వహించగలరని నిశ్చయించుకొని ఈ ప్రతిపాదన ఆయనకు తెలియజేశాం. సంకల్పం నిష్కల్మషమైనదైతే దైవం కూడా సహాయం చేస్తుంది. ఆయన కూడా మా ఆసక్తిని, ప్రయత్నాన్ని గుర్తించి సానుకూలంగా స్పందించారు.

ఈ శీర్షిక ద్వారా గౌరీ శంకర్ గారు ప్రస్థావించిన అనేక మంది కవుల రచనా విధానాలు, ప్రచురించబడిన వారి జీవన కథనాలు ప్రవర్థమాన కవులకు, రచయితలకు, విద్యార్థులకు, ముఖ్యంగా పరిశోధక విద్యార్థులకు ఎంతగానో ఉపయోగపడ్డాయి. మెయిల్స్, మెసేజ్స్, కాల్స్ ద్వారా మేమందుకున్న పాఠకుల స్పందనలు మాకెంతో మహదానందాన్ని ఇచ్చాయి. ఈ శీర్షిక గురించి ప్రముఖ టీవీ, సినీ గేయ రచయిత మౌనశ్రీ మల్లిక్, వర్ధమాన సినీ గేయ రచయిత తిరునగరి శరత్ చంద్ర, కవి రత్న డా. చినదాసరి నారాయణస్వామి వంటి వారు మా దగ్గర ప్రస్తావిస్తుంటే మాకెంతో గర్వంగా ఉండేది.

గౌరీ శంకర్ గారి కలం నుండి వెలువడిన "ఓ కలం జ్ఞాపకం" లో విశ్వనరుడు జాషువా, గురజాడ, కవి సామ్రాట్ విశ్వనాథ సత్యనారాయణ, చలం, కొడవటిగంటి,

జంధ్యాల, తిరుమల రామచంద్ర, పాలగుమ్మి పద్మరాజు, నార్ల వారి తో పాటు బుచ్చిబాబు, పఠాభి, రావిశాస్త్రి, దాశరథి, ఆరుద్ర లను అలాగే, వాసిరెడ్డి సీతాదేవి, సావిత్రి, ఆలూరి బైరాగి మరియు చెరబండ రాజు, అలిశెట్టి ప్రభాకర్, గంటేడ గౌరు నాయుడు, ప్రసాద మూర్తి వంటి సమకాలీన, ప్రసిద్ధ కవుల జ్ఞాపకాల పుటలు విప్పి మనకు తెలియని ఎన్నో అంశాలను అక్షరీకరించారాయన. ఓ రచన చేయడానికి గల కారణాలు, చేయాలంటే రచయితలు పడిన మధనం, ఒక్కొక్క అక్షరం వెనుక గల వేదన, తపనలను ప్రత్యేకంగా స్పృశించి మన ముందుంచారు.

ఇటువంటి ఓ శీర్షికను నిర్వహించడమే ఒక గొప్ప భావనగా తలుస్తున్న మాకు, మన ఈ శీర్షికను గౌరీ శంకర్ గారు ఒక పుస్తక రూపంలోకి తీసుకురావడం చెప్పలేనంత ఆనందాన్ని కలిగిస్తుంది. రానున్న తరాల కాలమిస్టులకు, కవులకు, రచయితలకు ఈ పుస్తకం ఆదర్శప్రాయంగానూ, లోగిలి సంపాదక వర్గానికి ప్రోత్సాహకరంగానూ ఉంది. ఇలాగే గౌరీ శంకర్ గారు మన "లోగిలి" పత్రికకు మరిన్ని మంచి వ్యాసాలను ఇక ముందు కూడా ఇలాగే అందిస్తారని ఆశిస్తూ మనఃపూర్వక అభినందనలతో..

సంపాదకులు
మహారథి 'ఫణీంద్ర'

సహ సంపాదకులు
అగ్నిశిఖ 'షణ్ముఖ'

ఓ కలం జ్ఞాపకం

1. జాతీయ కవి జాషువా 1
2. వైవిధ్య భరితం విశ్వనాథ వారి సాహిత్యం 5
3. చలం దృక్పథంలో స్త్రీ 9
4. వ్యాసజీవి కొడవటిగంటి 12
5. నవరసాల కవిత్వపు అల..... జంధ్యాల 16
6. మనసుతో మనసారా జీవించిన తిరుమల రామచంద్ర 21
7. మానవతావాద చిత్రం 'గాలివాన' 24
8. 'నిరంతరత్రయం' – మానవ సంబంధాలు 27
9. ప్రతిభాన్విత "పఠాభి" 31
10. కథల మేస్త్రీ.. రా.వి.శాస్త్రి... 34
11. కలంతో "అగ్నిధార"లు కురిపించిన కవి 38
12. అంత్యప్రాసల ముద్ర 41
13. మట్టి మనిషి 45
14. "పకృతి విప్లవ పురోగతిని" చెప్పిన కవి 48
15. విషాదాంత తిరుగుబాటు చరిత్ర – సావిత్రి 51
16. అతని 'పునర్జన్మ' కవిత్వమే 56
17. మానవతావాది గురజాడ 59
18. రమణీయ శైలి శిల్పి 63
19. ప్రపంచీకరణ విధ్వంస చిత్రం 'తుడుం' 67
20. సామాజిక సమస్యల దర్పణం ప్రసాదమూర్తి కవిత్వం 71
21. వైవిధ్యాత్మక సాహితీ విరాగి.... ఆలూరి బైరాగి 74
22. ఆధునిక దృక్పథ ప్రతీక 78

జాతీయ కవి జాషువా

'కాల్పానికత కవిత్వం యొక్క ప్రధాన గుణమని డా॥ సి.నారాయణరెడ్డి గారు తన 'ఆధునికాంధ్ర కవిత్వం సంప్రదాయాలు, ప్రయోగాలు 'గ్రంథంలో ప్రకృతి ప్రీతి, గత వైభవ పునరుద్ధరణము, ప్రణయతత్వము, ఆత్మాశ్రయత్వము, అద్భుత తత్వము, సాహస ప్రయత్యము అని వివరిస్తారు. ఆంగ్ల సాహిత్యంలో ప్రారంభమయిన కాల్పానికోద్యమమును భావ కవిత్వంగా కూడా పేర్కొంటారు. భావ కవిత్వంలో కూడా ప్రకృతి ప్రీతి, స్వేచ్ఛా ప్రణయత్వం, ప్రణయం– ఊహాసుందరి– విరహం – వేదన – భక్తి, దేశభక్తి, సంఘ సంస్కరణాభిలాష, మార్మికత – సూఫీతత్వం, స్త్రీ ఉదాత్త చిత్రణ, దేశభక్తి, సామాజిక స్పృహ, స్మృతి – వంటి లక్షణాలను విమర్శకులు వివరిస్తారు. గురజాడ అప్పారావు, విశ్వనాథ సత్యనారాయణ, రాయప్రోలు, దువ్వూరి, పింగళి – కాటూరి, కవికొండల, తిరుపతి వెంకట కవులు తదితరులు రచనలు పరిశీలిస్తే పై అంశాలన్నీ కనిపిస్తాయి.

జాషువా కవిత్వంలో భావ (కాల్పానికత) కవిత్వ భావాన్ని సహితం తనదైన శైలిలోనే వినియోగించుకున్నారు. సుమారు 1920 నుంచి 1970 వరకు జాషువా కవితా రచన చేసారు. మారేకాలం, మారుతున్న సమాజ స్థితిగతులు ఆయన అవగాహనలో ఉన్నాయి. వాటిని విస్మరించలేదు. ఆ ఐదు దశాబ్దాల కాలంలో ఓ సమగ్రమైన సామాజికత రూపుదిద్దుకుంది. సాహిత్యంలో సహితం ఓ క్రొత్త రూపు, చూపు ప్రారంభమయింది. జాషువా కాలానికి తన 'కలం' జోడించి రచనలు చేసారు. 'జీవితం నాకు ఎన్నో నేర్పింది. నా

గురువులు ఇద్దరు పేదరికం, కులమత బేధం. ఒకటి నాకు సహనాన్ని నేర్పితే, రెండవది నాలో ఎదురించే శక్తిని పెంచింది. కాని బానిసగా మాత్రం మార్చలేదు. చివరి వరకు తన కవితా విశ్వరూపంలో ఈ శక్తిని ప్రదర్శిస్తూనే వచ్చారు. 'నా కత్తి కవిత 'అని కూడా అన్నారాయన.

'నా కవితా వధూటి వదన్ము నెగాదిగ చూచి
రూపరేఖా కమనీయ వైఖరులు గాంచి,
భళీయన్నవారే....'

అనే పద్యంలో కవిత్వానికి జీవితానుభూతి ఎంతగా ఉపకరిస్తుందో ఆవేదన భరితంగా చెప్పారు జాషువా. రాయప్రోలు, గురజాడ, కృష్ణశాస్త్రి వంటి వారి భావ కవితా వాదం జాషువా పైన ప్రభావం చూపినా, ఆయన 'వారి 'భావన'లను తన 'భాష'లోకి తర్జుమా చేయలేకపోయారు. 'ప్రేయసి 'అనే ఊహాసుందరికి తన కవిత్వంలో స్థానం కల్పించలేదు, అంతమాత్రాన జాషువా కవిత్వంలో 'ప్రకృతి' 'ఆత్మీయత' 'ఆవేదన' లేవని చెప్పరాదు, కాని అతను 'దు:ఖానికి 'తావివ్వలేదు, 'నా కొరకు చెమ్మగిల్లని నయనమ్ము లేదు 'అనే తత్వాన్ని కవిత్వంలో వివరించలేదు. కానీ సరళమైన భాషలోనే క్లిష్టమైన అన్వయాల్ని ప్రజాను భాషలో 'సాధారణంగానే వ్యక్తీకరించారు. అదేపల్లి వారు అన్నట్టు 'ప్రతీ పదాన్ని భావ విర్భరంగా ప్రయోగించడం, ప్రజాలక్షణమైన హృదయ స్పందనలో భాగం చెయ్యడం 'వంటివి. జాషువా తన కవిత్వం ద్వారా సాధించారు. EZRA Pound-" Great Literature is simply language charged with meaning to the utmost posible degree.అనే సూత్రం జాషువా కవిత్వానికి అన్వయిస్తుంది.

ఆరిపోవని వీదు శరీర శోభ

దపమైనది కాళింది తిన్నియలకు

మంజులంబైన నీ కౌసకుమార్యమెల్ల

పంచుకొన్నవి తన్నదీ పంకజములు

ఎంత అందమైన రసాత్మక భావ నిర్మాణమో ద్యోతకమవుతుంది జాషువా 'పదాల'లోని 'భాష'లోని సౌకుమర్యానికి 'అందం 'అద్దిన అక్షరాలు ధన్యం. చంద్రుణ్ణి వర్ణించే వేళ...

వెన్నెల వెండి నీట పృధి వీరలయంబుఉ మునింగె రాత్రికిన్

కన్నులు వచ్చే మింటనధికారమము చేసే నిరంకుశంబుగన్

పున్నమ చందమామ, జగమున్ కనుమోడిచె

వెన్నెల రాత్రికి కళ్ళలా ఉందనే ఉపమానం రసస్ఫూర్తి సూత్రం పరిస్థితులను లోబరుచుకొనే ఆర్ద్రత జాషువా కలానిది. '

గిజిగాడు 'వర్ణనలో 'జిలుగుం బంగారు రంగు రంగులకు మేల్ చిన్నారి పూగుత్తిసో / మ్ములు గీలించిన తుమ్మ కొమ్మలకు, నీవుస్ నీ సతీరత్నము..... అని ప్రకృతిలోని 'గిజిగాడి 'కళా నైపుణ్యాన్ని తన కవిత్వంలో ఎంతో హృద్యంగా చెబుతారు.

1920 – 1950 ల మధ్య భావ కవిత్వం తనదైన ముద్రను వేసుకుంది జాషువా తన సంప్రదాయ కవిత్వం'లో భావుకతను ప్రక్కకు తప్పించే సమయం వచ్చిన సందర్భమది. కాని జాషువ దీనిని వ్యతిరేకించారు. జాషువా దృక్పధానికి భావకవిత్వపు నడకకు నప్పదు. అయితే 'భావ కవిత్వం' (కాల్పానిక కవిత్వం) లోని 'అనుభూతి' 'ఆవేశం' వంటివి జాషువా మౌళికాంశములు.

'కవి సమయంబు తప్పి నుడికారపు సొంపును పాడు చేసి
నీ వెవతక కోసమో కుమని ఏడ్చుచు
చక్కని కైత కాయువులు కుదించి

అని భావ కవిత్వంలో అస్పష్టతను 'అవాస్తికత' ను కూడా ఎత్తిచూపారు జాషువా, జాషువా తనలోని 'కాల్పానికావేశాన్ని 'తన సొంత ముద్రగా 'కవిత్వ 'సృజన చేసారు. అలాగని జాషువా కవిత్వంలో 'భావుకత 'లేదని చెప్పకూడదు. ఆయన తన అభిప్రాయాల్ని 'సౌందర్యవంతం' చేయటంలో సిద్ధహస్తులు. 'సాలీణీ 'కూడా అందంగా వర్ణించగలరాయన.

తలపన్ పున్నమినాటి వెన్నెలల దిద్దంజాలు నీ నూలు పోగుల సింగారము చూడవచ్చి అసువు కోల్పోయెడిన్ ప్రాణులు ఓతులుగా! నెత్తురు కావు నేతపనులెందుంటోడము.

కాల్పానికత కవిత్వంలో ప్రధానమయిన అంశం ప్రణయ భావన. ఒక లోతైన ఆత్మాశ్రయమైన అనుభూతి. సౌందర్యాన్ని వ్యక్తం చేయడంలో జాషువాకు ఓ ప్రత్యేకమైన 'భాషా నిర్మాణం 'ఉందనిపిస్తుంది. అందులో ఓ 'చమత్కారం మెరుపు ప్రాయమవుతుంది. మగ నెమలి నాట్యంతో 'ఆడ నెమలి 'ఆనందాన్ని మానవ స్వభావానికి అన్వయిస్తూ...

భర్త హోంబట్టు జీలుగుటంబరము దాల్చి
విలీన వీధులలో తాండవించు చుండ
చేరువను నిల్చి, మాసిన చీరగట్టి
మురిసికొను పతివ్రతవు సుందరులలోన

అని ఎంతో సామాజిక, రాజకీయ వేదనకు అక్షర రూపం ఇస్తారు. జాషువా 'శిశువు'లో శైశవ దశను ప్రకృతి లోని ప్రధాన వస్తువుగా స్వీకరించిన విధం... "బొటవ్రేల ముల్లోకములు చూచిలోలోన నానందపడు యోగితల్లిదండ్రుల తనూవల్లరీ ద్వయికి వన్నియఁ బెట్టు తొమ్మిది నెలల పంట......." వర్ణిస్తారు. 'వికుంజము' అనుఖండికలో మధుమాసాన్ని ఆద్యంతం అద్భుతంగా ఆవిష్కరిస్తారు,

'భోగముసానులై కుసుమపుంజిఋనవ్వుల చిమ్ము తేంట్లకున్

ద్రాగుడు నేర్పుచుందురు కదా? వనకన్యలు....'

నెల బాలుడు 'లో 'చందమామను' అందంగా వర్ణిస్తారు.

పున్నమి నాడు నీవు పరిపూర్ణ శరీరుడవై సుధావిలా

సోన్నతి నవ్వుచుం బొడముచుందువులోకము సంతసింపనో

క్రొన్నెల బాల...

'నెమలి నెలత ''తుమ్మెద పెండ్లికొడుకు 'శ్మశానవాటిక' 'తుఫాన్ హెచ్చరిక' 'చీకటి' 'అఖండ గౌతమి' 'లోకభాంధవుడు' 'మాతృప్రేమ' ఇలా ఈ జాబితా పెద్దదే ఉంది. జాషువా ఏ రచన చేసినా, ఏ 'కవిత్వ పంథాననుసరించినా " పీడితుల 'కోసమే తన ఏకీభావన" అనేది సత్యం. సమాజంలో 'తాను అనుభవించిన, చూసిన సమాజాన్ని అన్వయించుకోవడంలో అనుభూతి చెందిన దానిని మాత్రమే అక్షరీకరించడం సహజం. జాషువా రచనల్లోనూ ఇదే సూత్రం కనిపిస్తుంది. వైయుక్తికమైన 'అనుభూతీ' 'సామాజికమైన ఆవేశం' జాషువా సహజాత సూత్రం, జాషువా 'ప్రాచీన సాహిత్య అధ్యయన శీలి' అన్ని రకాల కవిత్వాలు ఆయనను ప్రభావితం చేసాయి. అన్నింటిని తాను ప్రభావితం చేసాడు. ఆయా 'కవితా రీతుల' ను అనుసరిస్తూనే తనదైన సొంత ముద్రను నిర్మించుకున్నారు జాషువా. ఆయనే అన్నట్లుగా ఆయన విశ్వనరుడు...

వైవిధ్య భరితం విశ్వనాథ వారి సాహిత్యం

నన్ను నెఱుగరో! యీ తెల్గునాట మీరు
విశ్వనాథకులాంబోధి విధుని బహు వి
చిత్ర చిత్ర ధ్వని బహు విచ్చిత్తి మన్మ
హాకృతి ప్రణీత సత్యనారాయణ కవి

అని విశ్వనాథ వారే తన "త్రిశూలము" అనే నాటకంలో వ్రాసుకున్నారు. తెలుగు సాహత్యంలో ఆయనదో స్వర్ణపుట. సాహిత్యంలో సర్వతోముఖ సమర్థత కలిగిన వారు అరుదు. గద్యము, పద్యం, నాటకం, నాటిక, వ్యాసం, నవల, నవలిక, విమర్శ ఇలా ఇన్ని రంగాలలో అందెవేసిన చేయి వారిది. చాంధసుడని, ప్రాచీనతను తప్ప ఆధునికతను గుర్తించరని ఆయన మీద విమర్శ ఉంది. కానీ... అతను పాశ్చాత్య సాహిత్యం పట్ల గౌరవం కలిగిన వ్యక్తి. షేక్స్పియర్, షెల్లీ, మిల్టన్ వంటి కవుల కవిత్వాన్ని ఆసాంతం పరిశీలించినవారు. శిల్పం, సాహిత్యం జాతీయమై ఉండాలి కానీ విజాతీయమై ఉండరాదనేది

ఆయన భావన. సముద్రం పై పక్షి ఎంత ఎగిరినా రాత్రికి గూటికెలా చేరుతుందో అలాగే మన జాతీయత, సంప్రదాయాలను కాపాడుకోవాలను కోనేవారు. కనుకనే “విశ్వనాథకృతిలో అతనిదైన ఒక వ్యక్తిత్వం ప్రతిబింబిస్తుందని” జి.వి సుబ్రహ్మణ్యం అంటారు. ఆధునికాంధ్ర జగత్తులో విశ్వనాథ ఓ విరాణ్మూర్తి.

కవి సామ్రాట్ విశ్వనాథ సత్యనారాయణ సెప్టెంబర్ 10, 1895 కృష్ణా జిల్లా నందమూరులో జన్మించారు. విజయవాడలో విద్యాభ్యాసం పూర్తయింది. కరీంనగర్ కళాశాలలో ప్రిన్సిపాల్గా పనిచేశారు. ఆంధ్రప్రదేశ్ రాష్ట్రప్రభుత్వం ఆస్థాన కవిగా పని చేశారు. కవి సామ్రాట్,కళాప్రపూర్ణ, పద్మభూషణ్, జ్ఞానపీఠ అవార్డుల గ్రహీత. వివిధ విద్యాలయాల నుంచి గౌరవ డాక్టరేట్లు అందుకున్నారు. తెలుగులో తొలి “జ్ఞాన పీఠ” అవార్డు గ్రహీత.(రామాయణ కల్ప వృక్షం) తల్లి పారమ్మ, తండ్రి శోభనాద్రి, భార్య వరలక్ష్మమ్మ అక్టోబర్ 18, 1976 లో స్వర్గస్తులైనారు.

20వ శతాబ్దములోని తెలుగు సాహిత్యమునకు, ప్రత్యేకించి సంప్రదాయ సాహిత్యమునకు ఆయన పెద్ద దిక్కు. ‘నేను వ్రాసిన పద్యముల సంఖ్య, ప్రకటింపబడిన సంఖ్య సుమారు ఇరువది వేలుండవచ్చును. నేను చింపివేసినవి ఏబది వేలుండవచ్చును.” అని ఆయనే చెప్పుకున్నారు. కానీ.... ఆయన వ్రాసినది లక్ష పేజీలు ఉండవచ్చునని శ్రీశ్రీ లాంటివారు చెబుతారు. ఆయన భాషణంలో, భూషణంలో కూడా ఓ వైలక్షణ్యం వెల్లివిరుస్తుంది. మహా కవిగా విశ్వనాథ వారిని చెప్పుకోవటం అతిశయోక్తి కాదు.

విశ్వనాథ వారి సాహిత్య విరాట్ స్వరూపం ఎంత చెప్పినా తక్కువే. ప్రతీ రచనలోనూ ఆయన కనిపిస్తారు. కవిత్వంలో ప్రకృతి రమణీయతలో ఆయన మమైకత్వం “కడిమి పూచినదో లేక చిగిర్చినదోయంచు/తొంగి చూచినది విద్యుల్లతాంగి...” అనే కవితా పంక్తులలో కనిపిస్తుంది. బాహ్య ప్రకృతి మబ్బు తెరల్లోని విద్యుత్ మెరుపుతీగ తొంగి చూసేసరికి దేదీప్యమానంగా వెలిగిన రూపంను ఆయిన పై పంక్తిలో అక్షరాలలో వెలిగిస్తారు... ‘నా కవితనే విశాల జఘనా! ఒక యౌచితలేద భాషలే/దాకృతివేద, యూరుకరసాత్మతనే’ రవియించిపోదు...” అని విశ్వనాథవారే చెప్పుకున్నా ఆయన సృష్టిలోఔచితీ, భాషా, ఆకృతి అన్నీ తమంతటతామే సన్నివేశంలో ఇమిడిపోతాయి.

విశ్వనాథ వారిని ఎక్కువ మంది సంప్రదాయవాదిగానే చూస్తారు కానీ... ఇది తప్పు. ఆయన గొప్ప మనవతావాది. సంప్రదాయంలో మానవతను గుర్తించిన మహోన్నత సాహితీమూర్తిమత్వం ఆయనది. వేయి పడడగలులో ధర్మారావు పాత్ర ఒక్కటి చాలు ఇందుకు ఉదాహరణ. ఆయన లక్ష్యం మానవులందరికీ తిండి, బట్ట, గూడుకు లోటు లేకుండటమే! ఆయన రచనల్లో ‘లోచూపు’ను గమనించిన వారికి ఇది అవగతమవుతుంది.

కల్పవృక్షంలో కూడా ఆయన ఈ దృష్టి కోణంను దాటిపోలేదు. సాంస్కృతిక పునాది మీద రాజకీయ, సామాజిక, ఆర్థిక వ్యవస్థలు పునర్నిర్మించుకోవాలని తన ప్రతీ రచనలోనూ చాటి చెప్పారు. అందుకు అనుగుణమైన వ్యవస్థల నిర్మాణం అవసరమన్నారు. వాటి నమూనాలను రచనల్లో చూపించారు. బ్రిటిష్ వారి రాక వలన స్వయంపోషక శక్తి కలిగిన గ్రామీణ వ్యవస్థ క్రమంగా క్షీణించసాగింది. దాని స్థానంలో కృత్రిమ దోపిడి వ్యవస్థ ప్రారంభమయింది. ఇదీ విశ్వనాథ వారు కలం పట్టిన నాటికి సామాజిక చిత్రం. సాహితీవేత్తగా తన గమ్యం ఆయన నిర్దేశించుకున్నారు. కవిత, కథ, నవల, నాటిక ఏది వ్రాసినా ఈ పరిధిని ఆయన అతిక్రమించలేదు. ఆర్థిక వ్యవస్థ పరిపుష్టం కాని వేళ దేశ ప్రగతి సాధ్యం కాదు. వీరమల్లుడు, వీరపూజ, వేయి పడగలు, సముద్రపుదిబ్బ, కోకిలమ్మ పెళ్ళి, వల్లభమంత్రి, దమయంతీ స్వయంవరం వంటి రచనలు ఇందుకు నిదర్శనాలు. నాటి ఆంగ్లేయుల పాలనలోని క్షీణించిన గ్రామీణ ఆర్థిక వ్యవస్థకు జవసత్వాలు కలిగించాలను ఆయన ఆశలు, ఆశయాలు పై రచనల్లో కనిపిస్తాయి. విశ్వనాథ అభ్యుదయవాదా? సంప్రదాయవాదా అనేది ఆయన రచనలను సంపూర్ణంగా చదవి, ఆవాహన చేసుకొని నిర్ణయించుకోవాలి. "కుమారాభ్యుదయం'లో కులవృత్తులకు, కుటీర పరిశ్రమలకు జవసత్వాలు కలిగించాలంటారు.

భారీ పరిశ్రమలు అవసరాన్ని ఆయన ఆనాడే స్పష్టం చేసారు. విద్యను గూర్చి కూడా విశ్వనాథ వారు ఒక స్పష్టమైన అవగాహనను కలిగి ఉండేవారు. "వేయిపడగలు" నవలలో "విద్య ప్రధానంగా రెండు విధములు. ఒకటి వృత్తి విద్య, రెండవది జ్ఞానము కొరకు చదువు విద్య... వృత్తి విద్య జీవనాధారమైనది. జ్ఞానము కొరకు విద్య మానసి హృదయమునకు సంస్కారము ఇచ్చుటకేర్పడినది" అని వివరిస్తారు. కానీ... వర్తమానంలో విద్య మార్కులకు, ర్యాంకులకు పరిమితమయింది. ఇంగ్లీష్ ను చిన్నతనం నుంచే రుద్దుతున్న నేటి కాలం వారికి "మాతృ భాష తెలుగు చక్కగా వచ్చిన తరువాత నా భాష చెప్పింపుము.... బుద్ధి వికసించిన తరువాతనే భాషయైనను తొందరగా వచ్చును" అని హితవాక్యం చెబుతారు. పాఠ్య గ్రంథాలలోని అవకతవకలు, ఉపాధ్యాయులు, విద్యార్థులలోని అకారాలు, వికారాలు, పరీక్షల విధానంలో లోపాలు వంటి వాటితో పాటు ఏ భాషా స్వభావాన్ని ఆ భాషలోనే బోధన జరగాలనే అంశాలను "విష్ణుశర్మ ఇంగ్లీష్ చదువు 'హాహాహూహూ' అనే హాస్య నవలలో వివరించారు. విశ్వనాథ వారు "నర్తనశాల" 'వేనరాజు "త్రిశూలం" "అనార్కలి" వంటి విషాదాంత నాటకాలను కూడా రాసారు. షేక్స్ స్పియర్ నాటకాల్లో నాలుగు రకాల ట్రాజెడీస్ ఉన్నాయి. విశ్వనాథ వారివి నాలుగు ట్రాజెడీస్ ఉన్నాయి అంటారు జి.వి.సుబ్రహ్మణ్యం గారు.

తెలుగులో తొలి జ్ఞానపీఠ్ అవార్డు గ్రహీత కవి సామ్రాట్ విశ్వనాథసత్యనారాయణ. ఆయన రచించిన "రామాయణ కల్పవృక్షం" తెలుగు సాహితీలోకంలో నిత్య సువాసనలు వెదజల్లే పారిజాతం. ఈ కావ్యం విశ్వనాథ వారి మానసపుత్రిగా చెప్పవచ్చు. అనువాదమనే

అవివేకులున్నారు. కానీ... ఇది కవి సామ్రాట్ వారి సాహితీ స్వేచ్ఛా ప్రియపుత్రి... కావ్యంలో ప్రతీ సందర్భంలోనూ కవి తనదైన తాత్వికతను నిండుగా ప్రదర్శించిన విధానం గమనించవచ్చు. దశరథుని ముగ్గురు భార్యలను పరిచయం చేస్తూ కౌసల్యముక్తికాంతీ సమానాకార/నలి నుమిత్రయుపాసనా స్వరూప/విజయ రమాకార వినయాంబుధి సమిత్ర/కైకేయి మధుసామగానమూర్తి/కౌన ల్యన వశరత్మాల మందాకిని/ సితపుండరీకంబుశ్రీనుమిత్ర (మందార పుష్పంబు మహిళామణిసుమిత్ర/కైకేయి నునునల్ల కల్పవూవు..." అని ఒకరితోనొకరిని పరిచయం చేస్తూ, పోలుస్తూ, వారి గుణగణాలను రూపురేఖా విలాసాలకు వర్ణించిన విధం ఒక్కటి చాలు విశ్వనాథ వారి పాండిత్యానికి జోహార్లు అర్పించటానికి రాముని గురించి కైకకు బాగా తెలుసునంటారాయన. రాముడు భవిష్యత్తులో "దైత్యసంహారగాథా పాండిత్య సముద్రమూర్తి కాగలడని ఆమె విశ్వాసము. కనుకనే అతనికి చాప విద్య నేర్పింది.

ఆ విశ్వాసముతో అతనిని అడవికి పంపినది. ఆమెకు కావలసినది భరతుడు రాజగుటకాదు. రాముడు అడవికేగుట. రామునికి కావలసినది కూడా అదే! రామాయణ కల్పవృక్షము చదివిన తరువాత పఠిత మరొక ప్రపంచంలోనికి వెళ్ళుట ఖాయం. అందులోని మెరుపులు,చమత్కారములు, మలుపులు, ఆశ్చర్య పూరిత వర్ణనలు, రాక్షసులు సహితం రాముని రాక కోసం చూసే ఎదురు చూపులు వీటిని విశ్వనాథ వారు వర్ణించిన తీరు, భాషా విరుపులు ఓ మధురానుభూతిని కలిగిస్తాయి. తెలుగుభాష పట్ల మమకారంను పెంచుతాయి. "నేను ఏమి వ్రాస్తానో నేను తెలుసుకొని వ్రాస్తాను. అనాది నుండి ఈ దేశంలో ఒకటి జ్ఞానం అనిపించుకుంటూ వస్తున్నది. ఆ జ్ఞానం నా పాఠకులకు కల్పించి, నేను సఫలుడనయ్యి, వాళ్ళను జ్ఞానవంతులను చేస్తున్నాను అనే భావం నాకు ఉన్నది. ఈ భావం ఉన్న వాళ్లు చాలా మంది ఉన్నారని నాకు తెలుసు...." అని చెప్పుకొన్న విశ్వనాథ వారు ప్రాచీనాంధ్ర కవుల ప్రమాణాలను గౌరవిస్తూనే తనదైన మహా కావ్య రచన చేసిన నవ్య సంప్రదాయ యుగచైతన్యమూర్తి.

"విశ్వనాథ మాట్లాడే వెన్నెముక" అన్న శ్రీశ్రీ వ్యాఖ్యానం అక్షరసత్యం

చలం దృక్పథంలో స్త్రీ

తెలుగు నవలా సాహిత్యంలో గొప్ప అలజడి చలం. స్త్రీ హృదయపు లోతులను, అంతరంగిక ఆవేదన, మానసిక క్షోభ, సాంఘిక, రాజకీయ ఆర్థిక అసమానతలు తద్వారా స్త్రీలకు సమాజ పరమైన కష్ట నష్టాలను తన రచనలలో చలం స్పృశించినట్లుగా నాడు నేడు మరో రచయిత (త్రి) స్పృశియింప లేదంటే అతిశయోక్తి ఎంతమాత్రం కాదు. తన రచనల ద్వారా "స్త్రీ కి కూడా శరీరం ఉంది. దానికి వ్యాయామం ఇవ్వాలి. ఆమెకి మెదడు ఉంది దానికి జ్ఞానం ఇవ్వాలి. ఆమెకి హృదయం ఉంది. దానికి అనుభవం ఇవ్వాలి" అనే సంగతిని తెలుగు లోకానికి తద్వారా సాంప్రదాయ బద్ధమైన సంకెళ్ళను తృంచి స్త్రీకి స్వేచ్ఛ నివ్వాలంటూ ఎలుగెత్తి సంఘాన్ని విమర్శించాడు, విన్నవించాడు "చలం".

స్త్రీ స్వేచ్ఛ గురించి వివరిస్తూ "చీరలతో, కులుకుతూ ధర్మ భర్త ప్రక్కలమీద పదిమంది బిడ్డలతో, గుర్రపు బండిలో పోయే పుణ్య స్త్రీ కన్నా సంపాదన గల స్త్రీ పవిత్రురాలు అని స్త్రీ సంపాదనకు గల విలువను వివరించారు". స్త్రీ ని బానిసగా చేసి ఆస్తి హక్కు ఎందుకు" అని కూడా ప్రశ్నించారు.

ఇక్కడ ఒక విషయం గమనించాలి.

యుగాలు మారాయి. (అం) తరాలు మారాయి. ఎందరో రచయిత(త్రి) లు (ముఖ్యంగా చలం) తమ రచనల ద్వారా స్త్రీ సమస్యలను సంఘానికి వివరిస్తూనే ఉన్నారు. అయితే అవి ఎంతవరకు వర్తమాన సమాజంలో ఆచరించబడుతున్నాయి అని ప్రశ్నించుకుంటే సమాధానం దాదాపు శూన్యమనే చెప్పాలి. పురుషుడి అండలేకపోతే బ్రతకడం శూన్యమని భావించే అబలలు ఉన్నంతకాలం 'ఆడది అబల' తమ అండలేకపోతే

బ్రతకటం కష్టం అనుకునే పురుషుడు ఉన్నంతకాలం ఎవరెన్ని చెప్పినా స్త్రీ సంపూర్ణమైన స్వేచ్ఛను పొందే అవకాశం లేదు. వర్తమాన సమసమాజంలో ఎంతోమంది స్త్రీలు ఆర్థిక స్వేచ్ఛను కలిగి ఉన్నప్పటికి తమ కాళ్లమీద తాము బ్రతకలేక పోతున్నారు. వాటిని రూపుమాపాలంటే ఎంతమంది చలంలు మరెంతో మంది సంస్కర్తలు ఉద్భవించాలో కదా!

ఇక స్త్రీ సంఘ స్వేచ్ఛ విషయంలో చలం "స్వేచ్ఛగా తిరిగే స్త్రీని చూస్తే పురుషులకు ఇష్టమే కాని ఆమె ఇతరుల భార్య అయి ఉండాలి. తనకు దక్కాలి. తన భార్య ఇంట్లోనే ఉండాలి. భద్రంగా.." పురుషుడు స్వేచ్ఛగా తిరిగే స్త్రీని భరించడు. సహించడు. అయితే స్త్రీకి సంఘంలో తను కోరుకున్న స్వేచ్ఛను పొంద వలెనంటే మరలా ఆర్థికపరమైన స్వేచ్ఛ కావాలంటాడు. విద్య కన్నా, సంఘ స్వేచ్ఛ కన్నా ఆర్థిక స్వేచ్ఛ ముఖ్యం అనే రాతలను ఎంత మంది పురుషులు అంగీకరిస్తారు అన్నది ప్రశ్నే. సంఘం పెట్టిన పవిత్ర మంత్రం పెళ్ళి. ఆ రక్ష రేకు కట్టిందా యింక మైల లేదు. పెళ్ళి అయిన స్త్రీ బిడ్డను కంటే యెవరి బిడ్డ అని సహితం ఆలోచించరు. భర్త వ్యర్థుడని తెలిసినా సరే సంఘం ముద్ర ఉందిగా! పెళ్ళికాకపోతే నిర్మలంగా ఉన్నా సరే తప్పే! ముఖ్యంగా స్త్రీకి అవివాహిత విషయంలో సంఘం విసిరే విసుర్లు స్త్రీని ఎంతటి ఆవేదనను గురిచేస్తాయో వివరిస్తారు చలం. సంఘం గోనె సంచి వంటిది. దానిలో ఎవరో ఒకరు దింపబడి ఆవేదన చెందుతుంటే మిగతా వారికి ఆనందం కలుగుతుంది అంటారు బుచ్చిబాబు. (చివరికి మిగిలేది) ఈ వాక్యాలు అవివాహిత స్త్రీలకు వర్తిస్తాయని నా నమ్మకం. చలం మైదానంలో రాజేశ్వరి పాత్ర.

స్వేచ్ఛ ప్రణయ వాది, ఆవేదన పూరిత హృదయాన్ని మనం దర్శించవచ్చు. అలాగే 'జీవిత ధర్మం'లో లాలస, మైదానం రాజేశ్వరి, దైవ మిచ్చిన భార్యలో పద్మావతి, బ్రాహ్మణీకం లో సుందరమ్మ (ఈ పాత్ర తప్ప) అన్నీ పాత్రలు సంఘంను వ్యతిరేకించిన వారేనని మనం గమనించాలి. అయితే సంఘంను ఎదిరించి వారి ఇచ్ఛా పూర్వకంగా సాధించినది ఏమిటి అని ప్రశ్నించకుంటే అది ఆయన రచనలు చదివిన పాఠకుల తెలివి మీద ఆధారపడి ఉంటుంది.

ఆయన స్త్రీ సమస్యలను, స్త్రీలకోసం, సంఘంలో స్త్రీకి అవసరమైన స్వేచ్ఛను ఎటువంటి అవకాశాలు ఉన్నాయో, ఎన్ని అవరోధాలు ఎదురవుతున్నాయో వంటి అంశములను చర్చిస్తూ చలం స్త్రీ అనే పుస్తకంను రచించారు.

స్త్రీ విద్య విషయంలో చలం స్త్రీకి సంపూర్ణమైన స్వేచ్ఛ రావాలంటే అందుకు విద్య అవసరమని

వివరించారు. అయితే స్త్రీకి స్వేచ్ఛ నివ్వగలిగే ఆయుధాలలో విద్య ముఖ్యమైనదిగా భావించిన చలంకి ఈ స్కూళ్ళలో విద్యా విధానాన్ని చూస్తే ఈ విద్య స్త్రీ స్వేచ్ఛకు దోహదం చెయ్యదు సరికదా మరింత బానిసత్వంలోకి ఈడుస్తుందనే అసంతృప్తి కలిగింది. "చదువుకొని...

ఉద్యోగాలు చేస్తే స్త్రీలు పాత బానిసత్వానికి బదులుగా, కొత్త బానిస భావాలు కపటత్వం, కృత్రిమపు విలువలూ ప్రవేశించడం చూసారాయన" అంటారు రంగనాయకమ్మగారు. నిజమే ఈనాడు ఉద్యోగం చేసే స్త్రీకి అటు పక్క ఉద్యోగ నిర్వహణ బాధ్యతలు, మరో ప్రక్క సంఘంలో తన స్థానం పదిల పరచుకునేందుకు అనువుగా మసలుకోవటం, ఇటు ప్రక్క సంసారం వంటివి చూసుకోవడం వలన ఆమె ఎంతటి శారీరక శ్రమను పొందుతున్నదో మనం గమనించాలి.

నాగరికత పెరిగి స్త్రీ పురుషుల మధ్య సంబంధాలు కేవలం ఆర్థిక పరమైనవిగా మారి మనుషులు మనుషులుగా గుర్తించుకోవడం తగ్గిపోతున్నదనే చెప్పాలి. ఇది నాస్త్రీ అనే భావం పోయి ప్రక్కలో సుఖాన్నిచ్చే శారీరక వస్తువుగా కూడా దృష్టి పోయి, దిక్కులేని ఒక జీవం అయిపోయింది.

స్త్రీ కిపురుషులు అంతే.తనకి తిండి ,నగలునూ, మర్యాదను యిచ్చే ఒక సాధనం అంతే. స్త్రీ ,పురుషులు మంచి నటులైతే చాలు, సంసారం సాఫీగా సాగటానికి అన్నారా రచయిత. వాస్తవం కూడా అంతేనేమో.

చివరిగా

"నేను చూసిన సంఘం లోపాలు ఈ దేశస్తులలోనే కాదు, లోకమంతటా వున్నాయి. తరతరాలు నుంచి పురుషుడు స్త్రీకి చేస్తున్నది అన్యాయమే" అంటాడు చలం. నిజం కూడా అంతే! చరిత్రలు, పురాణాలు తిరగేసినా ఈ నిజమే మనకు కనిపిస్తుంది. తరాలు మారాయి. అంతరాలలో సహితం మార్పు వచ్చింది. అయినప్పటికీ స్త్రీని స్త్రీగా చూసే నాగరికత మాత్రం ఇంకా రాలేదు. సంఘం ఆ స్థాయికి ఎదగలేదని చెప్పాలి. ఈనాటి స్త్రీ స్వేచ్ఛకోసం, ప్రత్యేకమైన హక్కుల కోసం తిరుగుబాటు బావుటా ఎగురవేయడం వలన హక్కులు రావచ్చునేమో కాని, ఆ హక్కులు పొందడం వల్ల సౌఖ్యం రాదు. చలం మాటలలో చెప్పాలంటే "అధికారం వల్ల కలుగుతున్న ఇరుకులో నుంచి ఆత్మ వికాసం కోసం, అభివృద్ధి కోసం తిరుగుబాటు చేయటం హర్షణీయమే. తనకి రావలసిన హక్కులు కన్నా, తను నెరవేర్చవలసిన బాధ్యతలపై దృష్టి నిలపాలి స్త్రీ. అప్పుడు స్వతంత్రం కోసం తను చేసే త్యాగాలు కూడా పుష్పాలుగా మారుతాయి".

స్త్రీ పురుష సంబంధం ఎంత ముఖ్యమైనా ప్రపంచంలో ఉన్న అనేక సంబంధాలలో, సమస్య లలో ఇది ఒకటి. ఏ ఒక్క సమస్య పూర్తిగా తీరినా తక్కినవన్నీతీరినట్టే. ఈ విషయంలో వర్తమాన సమాజపు స్త్రీ ఆలోచించాలి.

వ్యాసజీవి కొడవటిగంటి కుటుంబరావు

కులం మిథ్య,
మతం మిథ్య
ధన మొక్కటే నిజం

–కొ.కు.

రచయిత కాలానుగుణంగా తన సాహితీ ప్రయాణం కొనసాగిస్తాడు. కాని... తన రచనల కనుగుణంగా కాలాన్ని నిర్వచించుకొనే సాహసి కొడవటిగంటి కుటుంబరావుగారు. మధ్య తరగతి కుటుంబం చుట్టూరా లక్ష పేజీల సాహిత్య సృజన చేసిన కొ.కు. 'ఎక్కడ నుంచి వస్తున్నామో తెలియకపోతే ఎక్కడికి పోతున్నామో కూడా తెలియదంటారు '. ఎక్కడి నుంచి వచ్చారో ఆయనకు తెలిసినంతగా మరే సాహితీవేత్తకు కూడా తెలియదేమో! కొడవటిగంటివారు అక్టోబర్ 28, 1909 న తెనాలిలోని ఓ మధ్య తరగతి బ్రాహ్మణ కుటుంబంలో జన్మించారు. పాఠశాల చదువు 1925 వరకు తెనాలిలోనే కొనసాగింది. తండ్రి (1914) తల్లి మరణంతో మేనమామ వద్ద పెరిగారు. ఆయన అన్నయ్య వెంకట సుబ్బయ్య సాహితీవేత్త. ఆయన వలననే కుటుంబరావు గారికి సాహిత్యరంగ ప్రవేశం జరిగింది. పదమూడు సంవత్సరాల వయస్సులోనే పద్యాలు, అసంపూర్ణ థ్రిల్లర్ నవలా రాసారు. 1925 లో పదకొండు సంవత్సరాల పద్మావతితో వివాహం జరిగింది. అనంతరం గుంటూరు ఆంధ్రా క్రిస్టియన్ కాలేజ్లో ఇంటర్, మహారాజా కళాశాల విజయనగరంలో బి.ఏ ఫిజిక్స్ చదివారు. ఆ సమయంలోనే రచనా వ్యాసంగాన్ని సీరియస్గా తీసుకున్నారు. నాస్తికత్వంలోకి వచ్చేసారు. 1929 లో హిందూ బెనారస్ విశ్వవిద్యాలయంలో ఎం. ఎస్సీ, ఫిజిక్స్ చదివారు. ఆయన

మొదటి కథ 'ప్రాణాధికం' గృహలక్ష్మి మాసపత్రికలో ప్రచురితమయింది. మిత్రులతో కలిసి యువ ప్రెస్ ను స్థాపించి యువ 'ను ప్రారంభించారు. 1939 లో భార్య పద్మావతి మరణించారు. అనంతరం రెండవ వివాహం చేసుకొన్నారు. కొద్దికాలానికే ఆమె మరణించారు. 1948 నుంచి 1961 వరకు 'చందమామ' లోనే పనిచేశారు. ఆ పత్రికను అగ్రస్థానంలో ఉంచారు. ఈయన పైన ప్రారంభంలో చలం ప్రభావం ఎక్కువ. కానీ క్రమ పరిణామక్రమంలో 'చలం 'మెచ్చిన రచయితగా ఎదిగారు. తనకంటూ ఓ రచనా ముద్రను సృష్టించుకున్నారు. ఈయన కుమార్తె శాంతాసుందరి ప్రముఖ అనువాదకులుగా కీర్తినొందారు. కుమారుడు రోహిణి ప్రసాద్ అణుశాస్త్రవేత్త. సంగీతకారుడు, పాపులర్ సైన్స్ రచయిత. 1930 నుండి 1970 వరకు కొ.కు. నిరంతరాయంగా రచనలు చేశారు.

కొడవటిగంటి రచనల్లో మధ్య తరగతి మానవ సంబంధాలను గురించి ప్రస్థావన అధికంగా కనిపిస్తుంది. ముఖ్యంగా స్త్రీ పాత్రల చిత్రణలో ఆయన పాటించిన ఔచిత్యం గొప్పది. 'మన సమాజంలో కొందరు తక్కువ కులాల్లో పుడతారు. మరి కొందరు ఆడవాళ్ళుగా పుడతారు' .(ఆడజన్మ) స్త్రీ కేంద్రంగా ఆమె అంతరంగాన్ని, ఆవేదనని, పురోగామి దృక్పథాన్ని ఆయన ఆవిష్కరించిన విధంగా మరే రచయిత రాయలేదనటం అతిశయోక్తి కాదు. కొ.కు. సాహిత్యం మూడు రూపాలుగా కనిపిస్తుంది. కల్పనా సాహిత్యం, వ్యాస సాహిత్యం, అనువాద సాహిత్యం.ఆయన సహస్ర వ్యాసజీవి అంటారు అభిమానులు. ఈయన రచించిన వ్యాసాలు మరే కల్పనా సాహితీ రచయిత రాయలేదు. ఆయన రచనలను అధ్యయనం చేయవలసిన అవసరం వర్తమాన తరం సాహితీపరుల మీద ఉందనిపిస్తుంది. ప్రస్తుత కాలంలో సాహిత్యం దిశ దశ అర్థం కావడం లేదని కొందరి వాదన. వాస్తవం కూడా అనిపిస్తుంది. కవిత్వం, కథ, వ్యాసం, నవల ఇలా ఏ ప్రక్రియను తీసుకొన్నా కొన్ని చట్రాలలో బిగించబడి ఉన్నాయనిపిస్తుంది. ముఖ్యంగా వ్యాపార సూత్రాలు నడమ తన స్వేచ్ఛను కోల్పోతున్నాయనిపిస్తుంది.

లెక్కలు చూసి మరీ రచనలను ప్రచురిస్తున్న పత్రికలున్నాయి. కొడవటిగంటి కుటుంబరావుగారి రచనలన్ని 1982 నుంచి 2002 వరకు పదమూడు సంపుటాలుగా వచ్చాయి.

కుటుంబరావుగారి సాహిత్యంను ఎందుకు చదవాలి అని ఎవరయినా ప్రశ్నిస్తే వారికి సంస్కృతి, సంప్రదాయం, మానవీయ విలువలు స్త్రీ ఔన్నత్యం, మనుషుల మధ్య బంధాలు, వాటిలోని లోతు ,సాంద్రత వంటి వాటి వెనుకనున్న వ్యక్తిత్వ వికాస కోణాలు తెలియవని అనుకోవాలి. అవి తెలుసుకోవటం కోసం కొ.కు. రచనలను చదవాలి. ప్రధానంగా సంస్కృతికి సంబంధించిన అధ్యయనం చేయటం వలన 'సంస్కృతి నిల్వ ఉండేది కాదు. అది జీవితంలో

జ్వలించేది. పాండిత్యం పోగు చేయటం కాదు. విద్య అనుభవాన్ని అన్వయించేది. సంస్కృతి అనే నిర్వచనానికి కొ.కు. రచనలు అద్దంపడతాయి. అందుకు చదవాలి. కాదు అధ్యయనం చేయాలి. ఆయన తన రచనల్లో బాధ్యతలు, కళలు, సంగీతం, నాటకం, విద్యావ్యవస్థ, హేతువాదం, పత్రికారంగం, సామాజిక విలువలు ఇలా అన్ని అంశాలపైన రచనలు చేసారు. విద్యా వ్యవస్థ గురించి అసలు పెద్దలకే నమ్మకం లేదంటారాయన. 'పిల్లలు చదువు' వ్యాసం ప్రతీ తల్లిదండ్రి చదవవలసిందే. దీనివలన వారేంటో వారికి తెలుస్తుంది. చదువు అవసరం కావచ్చు, అది ఆహ్లాదకరం కాదని పెద్దవాళ్ళ నమ్మకం' అంటారాయన. పెద్దలలో లేని సద్గుణాలు పిల్లలకు బోధ చేయడం వలన ప్రయోజనం శూన్యం. పిల్లలకు భయంతో కూడిన క్రమశిక్షణ శిక్షతో సమానమని గుర్తించాలంటారు. పిల్లల్లో గొప్ప ఆలోచనాశీలత కావాలంటే పెద్దల మనస్తత్వాలు పూర్తిగా సంస్కారం పొందాలంటారు కుటుంబరావు. కాని.. వర్తమానంలో పెద్దలు ఈ దిశగా 'ఆలోచించటానికే 'ఆలోచిస్తారు.

సాహిత్యం గురించిన చర్చలో విద్య గురించిన ప్రస్తావన కూడా సహజంగానే రావాలి. పోతన కాలం నుంచి నేటివరకు కూడా విద్య ఇహం కోసమా, పరం కోసమా. అందరూ ప్రహ్లాదులు కారు. హిరణ్యకశిపులు మాత్రం వర్తమానం మిక్కుటంగానే ఉన్నారు. మార్కులు, ర్యాంకులు, మంచి ఉద్యోగం.. మంచి పెళ్ళి ఇలా అన్ని మంచి కావాలి కాని... సంస్కారంని మరచిపోతారు. 'సాహిత్యం ను అధ్యయనం చేయనివారు, చదువుకున్నవారు అజ్ఞుడు గానే మిగిలిపోతారంటారాయన'. అక్షరాస్యత పెరిగి ఈ సాహిత్యం (చవుకబారుది) 'చదివే కన్నా, ప్రజలు నిరక్షరాస్యులుగా వుండినపుడే వారిలో సహజ మానవత్వం ఎక్కువుగా వుండేదేమోనన్న సందేహం కలుగుతుంది'. వర్తమానంలో వస్తున్న వ్యాపారాత్మక విలువలతో కూడిన 'పచ్చి కథలున్న 'పత్రికలు చదివిన వారిలో గొప్ప విలువలు ప్రోది అవుతాయని చెప్పటం కష్టమవుతుంది. గత కాలంలో వేయి పడగలు, భాగవతం, రామాయణ భారతాలుతో పాటు తిలక్, శ్రీశ్రీ లను చదివి స్ఫూర్తి పొందేవారు. చదువుకొన్న వారు చవుక బారు సాహిత్యం చదివిన తరువాత అది వారి జీవితం పైన ప్రభావం చూపదని అనుకోగలమా? ఈ దిశగా ఆలోచనలు చేసే తల్లిదండ్రులు, చదువరులు కూడా తమ ఆలోచనల్లోనూ నూతనావిష్కరణకు అవకాశం కల్పించాలి. తల్లిదండ్రులు ముందుగా సాహిత్యాభిలాషను కలిగి ఉండాలంటారు కుటుంబరావు. నేటి చదువులు జీవితంలో ఎదిగేందుకు దోహద పడటం లేదు. ఎదిగిన వారంతా 'చదువుకొన్న 'వారు కాకపోవటం గమనించ దగ్గ అంశం. 'ఈనాడు విద్యకు, అవిద్యకు పెద్దగా తేడా లేదు '. 'వ్యక్తి బతకటానికి, జీవితాన్ని చక్కగా అవగాహన చేసుకోవటానికి అనుకూలంగా మనకు ఒక విద్యా విధానం ఉందని చెప్పలేం అంటారు. కొ.కు. విద్యరూపంలో వర్తమానంలో నేర్చుకొనేది చాలావరకు పనికిమాలిన చెత్త. దాన్ని వదిలించుకొన్నవాడు అదృష్టవంతుడంటారాయన. కాని ఈ

వ్యాఖ్యానం (1971) వెనుక ఆయన వేదన, తపన అర్థం చేసుకోవలసిన పరిస్థితులు ఈ నాటికీ మారకపోవటం విచారకరం.

మానవ సమాజంలో ఉన్న అనేకానేక తాత్విక పార్శ్వాలను కొడవటిగంటి కుటుంబరావు తమ కథల్లోనూ నవలల్లోనూ, వ్యాసాల్లోనూ కూలంకషంగా చర్చించారు. కనుకనే వాటిని కేవలం 'చదవకూడదు 'సీరియస్' గా అధ్యయనం చేయాలి.

నవరసాల కవిత్వపు అల.....
జంధ్యాల

కవిత్వం.. సత్యం, శివం, సుందరం

అక్షర రమ్యత, భావగాంభీర్య, సరళ స్పష్టవంతమైన పదజాలం, భావుకత నిండిన రసస్ఫూర్తి. కవిత్వం ఆ లోకాన్ని ఈ లోకానికి తేవాలి. అందంతో పాటు సందేశం కూడా ఇవ్వగలిగే కవిత్వం శివత్వాన్ని సంతరించుకుంటుంది. సత్య సౌందర్య రహిత పిచ్చిగీతలు, రాతలు కవిత్వమనుకుంటున్నా వర్తమానంలో కొందరు సత్యం, శివం, సుందరం కవిత్వపు ఆత్మసౌందర్యమని గ్రహించాల్సి ఉంది. "కావ్య మీమాంస"ను రచించిన రాజశేఖరుడు తన భార్యకు ఒక దంతపు పెట్టెను బహుమతిగా ఇస్తూ "తెరవకుండా పెట్టెలో ఉన్నదేమిటో చెప్పమన్నాడు. ఆధారంగా పెట్టె మీద పాము, శివుడు, ఆంజనేయుడు పెట్టెలోని వస్తువును కాపలా కాస్తున్నారని చెప్పాడు. వీటి ఆధారంగా చెప్పమని కోరాడు. అందుకామె.. పాము వాయువును హరిస్తుంది. వాయువు పరిమళాన్ని తెస్తుంది. పుష్పం పరిమళాన్ని ఇస్తుంది. శివుడు మన్మథున్ని నిరోధిస్తాడు. మన్మథుని బాణానికి అరవిందం, అశోకం, చూతం, నవమల్లిక, నీలోత్పలం కావాలి. మూడో చిత్రం హనుమంతుడు ఎవరని అడ్డగించాడు? సూర్యుణ్ణి. సూర్యునికిష్టమైన పుష్పం అరవిందం. అదే కమలం - అనగా పెట్టెలోనిది "కమలం" ఆమె చెప్పింది. అతను ఆనంద పరవశుడైనాడు. "కాంచన కమలాన్ని" బహుమానంగా ఇచ్చాడు. సుగంధం కూడా ఉంటే బాగుండునన్నాడు సువర్ణానికి కావ్యానికి సందేశం"లా అందమైన కావ్యానికి సందేశం జతకలిస్తే బంగారానికి పరిమళం అద్దినట్టే. సత్యం శివం సుందరమైన అందమైన శివతత్వ వికసితమైన సువర్ణ పరిమళ భరిత పుష్పం - జంధ్యాల పాపయ్య శాస్త్రి కవిత్వం. ఇది అతిశయోక్తి కాదు అక్షరసత్యం. ఆయన "కరుణశ్రీ" గా సుప్రసిద్ధులు.

ఓ కలం

జంధ్యాల పాపయ్య శాస్త్రి 1912 ఆగస్టు 4న గుంటూరు జిల్లా పెదనందిపాడు మండలం కొమ్మూరులో జన్మించారు. తల్లి మహాలక్ష్మమ్మ, తండ్రి పరదేశయ్య. భమిడిపాటి సుబ్రహ్మణ్య శర్మ, కుప్పా ఆంజనేయ శాస్త్రి గార్ల వద్ద సంస్కృత కావ్యాలు అభ్యసించారు. ఆంధ్ర క్రైస్తవ కళాశాలలో అధ్యాపకునిగా పనిచేశారు. ఈయన రచనల్లో "పుష్పవిలాపము", "కుంతికుమారి" ప్రముఖమైనవిగా పేర్కొనవచ్చును. "ఉదయశ్రీ", "విజయశ్రీ" "కరుణశ్రీ" కవితా త్రయమును సత్యం, శివం, సుందరంగా చెప్పుకోవచ్చు. "తన మెదడు తన విలువైన జీవితమంటారు".

కవిత్వం ప్రయోజనమేమిటి? అని ప్రశ్నించే వారు ఉన్నారు. నిజమే.. ఈరోజు సాంఘిక మాధ్యమాల్లో(సోషల్ మీడియా) వస్తున్న కుప్పలు తెప్పలు కవిత్వం చదివిన ఎవరికైనా(?) ఎందుకీ కవిత్వపు వరద అనే సందేహం రాక మానదు. కానీ.. నిజమైన కవిత్వం ఓ సామాజిక సంస్కరణాభిలాష కలిగిన సంస్కర్త. ఆత్మ జ్ఞాన శిఖరాలనందించే తత్వవేత్త. సమాజంలో శాంతి, నైతికతలకు దారిచూపే మార్గదర్శి. సమస్యలను చర్చిస్తూనే.. పరిష్కారాలు ఆవిష్కరించే దిశానిర్దేశ కర్త. మనుషులలో మార్పునకు మార్గమేసే మానవతావాది. కవిత్వం ఓ విలువైన పుస్తకం. ఇవన్నీ కలిపిన తేనెచినుకుల పుష్పవర్షం – "కరుణశ్రీ" కవిత్వం. కనుకనే నేటికీ వారి రచనలు జనుల నాలుకల పైన అలవోకగా కదిలి వస్తుంటాయి. "కళ్యాణ కాదంబరి" "పుష్పవిలాపము", "కుంతికుమారి" "ఈ రెండు ఘంటసాల స్వరంలో అజరామరంగా నేటికీ నిలిచి ఉన్నాయి. ఏనాటికీ ఉండిపోతాయి. "ఉదయశ్రీ" (ఈ రచన 50 ముద్రణలు పూర్తి చేసుకుంది) "విజయశ్రీ", "కరుణశ్రీ", "ఉమర్ ఖయ్యాం", "ఆనందలహరి" అనేవి వీరి రచనలు.

"పుష్పవిలాపము", "కుంతీకుమారి", "ఆనందలహరి" కావ్యములు ఆంగ్ల, హిందీ భాషలలోనికి అనువదించబడ్డాయి. వివిధ నాటకాల్లో "ముక్కుతిమ్మన", "నన్నయ", "చేమకూర వేంకట కవి", "పోతన"గా పాత్ర పోషణ చేసిన నటులు. ఈయన పొందిన గౌరవ పురస్కారాలు ఎన్నో.. ఎన్నెన్నో...

ఆయన కవిత్వం.. రసస్ఫూర్తిమంతమైన, భావయుక్త రాగలహరి. ఆనంద వీచికలను పరిమళభరితంగా వ్యాపింపజేయు కవిత్వ పుష్పవనం. ఆనందం, విషాదం, ఆర్తి, ఆర్ద్రత, ఆవేదన, అభినందన, సందేశం వంటి వాటిని మనసు రంజిల్లే విధంగా అలరించడమే "కరుణశ్రీ" కలం గొప్పతనం. ఈయన స్పృశించని అంశాలు లేవు. తేనెలొలుకు తెలుగు మాధుర్యం నిండిన మాధుర్యపు కలకండ పాపయ్య శాస్త్రి కవిత్వం. "కరుణశ్రీ" కవిత్వం ఓ కమ్మని అనుభూతి. మానవత్వాన్ని కవిత్వంలో చూపించే ఆశాజ్యోతి. జీవిత విపంచి మేళవించి మ్రోగించిన కళ్యాణ గాంధర్వగీతి. ఆయన కవిత్వం సాధకుల ఎదలో మెదుల్తుంది.

పదంలో కదులుతుంది. హృదయాన్ని స్పృశిస్తుంది. నవోదయాన్ని సృజిస్తుంది. అభ్యుదయాన్ని అందిస్తుంది. సత్సనాతనం నిత్య నూతనం.. అవలోకిస్తే.. ఆనందం.. ఆర్ణవమౌతుంది.. "పలికినదెల్ల పద్యమగు; వ్రాసిన దెల్ల నిత్యమౌను, మీ గళమునగానీ, మీ జిలుగు గంటము నందు గానీ యేవియో వెలియని క్రొత్త పోకడలు తేనెలు సాగును "సత్కవీంద్ర" అని "కవిసుధాకర"ఎస్. రాజన్న కవి పొగడ్త. ఆయన కవిత్వంలో అక్షరాల ఆడపిల్లలు ఆడే అందమైన వెన్నెల రాత్రి ఆటలు చూడవచ్చు. అవి "ఆర్తి"ని వర్ణించటం ఓ విచిత్రమైన "విభాస".

"ఈ వనవిహారములు త్యజియించి చనుట

ఏ నవ విహారములు సృజియించుకునటో"

మరో సందర్భంలో

"స్వర్ణశాలలపై భ్రాంతి సడలి, జీర్ణ పర్ణశాలల మార్గము పట్టినాడు" అని "కరుణామూర్తి" కవితలో వర్ణిస్తారు. "పారవశ్యము" లో "చిచ్చువలె చందురుడు పైకి వచ్చినాడు హెచ్చరిల్లినాడు గాడుపు పిల్ల వాడు". చంద్రుడు "చిచ్చు రేగిన వైనంలో వెన్నెల మహిమ మనుసులను "పారవశ్యం"లో ముంచెత్తుతుంది. కరుణశ్రీ "పుష్పవిలాపము", "కుంతీకుమారి "ల గురించి ఎంతని చెప్పుకోగలం? ఆ భాషా లాలిత్యం, భావగాంభీర్యం ముగ్ధమనోహర పుష్పాల ఆవేదన, కవి ఆర్తిపూరిత అందాలు అక్షరవరుస.. పువ్వులు కోసుకునేందుకు వెళ్లిన వారికి "పుష్పవిలాపము" నిరాశను మిగులుస్తుంది. పుష్పాలను చూస్తూ పడతులు పట్టుమని పదిక్షణాలు కూడా ఉండలేరు. "కరుణశ్రీ" వారిని "ఆకట! దయలేని వారు మీయాడువారు" అని నిందిస్తారు. పువ్వులు ప్రాణాలు తీసి పూజలు చేయటంలో భక్తి కన్నా స్వార్థమే నిండిన "హృదయమే లేని నీ పూజలెందుకోయి?" అని ప్రశ్నిస్తున్నారు. మరో ప్రశ్నకూడా "ఆత్మసుఖము కోసమయి! అన్యులు గొంతులు కోసితెచ్చు పుణ్యాత్ముడా! నీకు మోక్షమెటులబ్బును? నెత్తురు చేతి పూజ విశ్వాత్ముడు స్వీకరించునే?" అని నిందిస్తారు. ఏమని సమాధానమివ్వగలం? "బుద్ధదేవుని భూమిలో పుట్టినావు/సహజమగుప్రేమ నీలోన చచ్చెనేమి? అని" ఆర్తిగా ఆవేదనను వెలిబుచ్చిన వైనం" మనుసున్న మనుషుల్ని వెంటాడి తీరుతుంది. కవిత్వానికి ఇంతకు మించిన సార్థకత ఏముంది? "కన్య" తన రాజరికపు హోదాలో కోరి పిలిచి సూర్యుని వలన వరం పొంది కన్నతల్లిగా మారిన వైనం "కుంతీకుమారి" కవితాంశం. కుంతీ ఆవేదన కంటతడిపెట్టించే కవితాశిల్పం, శైలివిన్యాసం అద్భుతం. పోతనను గూర్చిన కవితలో.. "అదేమి చిత్రమో! పోతనయన్న చో కరిగిపోవునెడెంద జోహారుసేతకై చేతులేతు". నిజమే కదా.. భాగవతం చదవని వారెవ్వరూ? చదివి సహజ కవిమిత్రునికి జోతలివ్వని వారెవ్వరూ? రైతులను గూర్చి "అస్వతంత్రుడు" లో "నేనొక కర్షకుడినే" అని తెలుపుతూ చివర్లో "పసందుగా పసిడి

కంకులు కలిగిన పంటపైరులే కానరావు– పుష్టియును కల్గునె నిష్ట దరిద్రమూర్తికిన్?" అని "జంధ్యాల" వారి ఆవేదన నేటికీ వేదనాపూరిత ప్రశ్న మాత్రమే! ముఖ్యంగా "పాకీపిల్ల" ను గురించి రాసిన కవితలో "ఒక్క రోజీవు వీధులూడుకున్నను తేలిపోవును మా పట్టణాల సొగసు" అంటూ "పాకీదే గద మాకు మా జనని బాల్యమ్మందు సంజీవనీ" అని గౌరవిస్తారు ఆమెను. ఆమె పట్ల సమాజపు చిన్నచూపును వర్ణిస్తారు. పాకీ పిల్ల కవితా ఖండికలో మరొక సందర్భంలో మనిషి మనిషిని అవమాన పరుచుకునే సందర్భంలో మానవత్వము ప్రశ్నించడం అలవరచుకోవాలి, ఆత్మ పరిశీలన చేసుకోవాలి. "మానవత్వమ్మునే యవమానపఱచు / పసరముల సంత యిది! దయారసము సున్న" అని నిందిస్తారు కరుణశ్రీ వారు. గాంధీ గారికి అక్షర జోహార్లు అర్పిస్తూ "అతడొక 'పవిత్ర ధర్మ దేవాలయంబు' అతడు ఒక 'విచిత్ర విశ్వవిద్యాలయంబు' ఆ మహాశక్తి అంతయింతంచు తూచ జాల, మతడొక పెద్ద 'హిమాలయంబు'. ఈ పద్యంలోని పదచిత్రాలను గమనిస్తే అక్షర దృశ్యాలను చిత్రించడంలో 'ఉదయశ్రీ' కలం ఘనం అనిపిస్తుంది. మనసు రసప్లావితమవుతుంది. భగవంతుని దర్శించడానికి ఎన్నో వేషాలు, స్తోత్రాలు అవసరమని మనిషి నమ్మకం. కానీ, దైవం లేని ప్రదేశం ఏది? మరి ఎందుకు ఈ వేషాలు. ప్రచారం కోసమా? ప్రఖ్యాతి కోసమా? సాటి మనిషికి ఇన్ని తిండి గింజలీయని వాడు 'భగవంతుడికి' బంగారు కిరీటాలు చేయిస్తాడు. మొక్కకు నాలుగు నీటి చుక్కలు పోయనివాడు ప్రభువుకు రత్నాల పల్లకీలు బహుమతిగా ఇస్తాడు. కనుకనే కరుణశ్రీ "ఎన్నో వేషములన్ ధరించితిని స్వామి! దర్శింప న్నెన్నో రంగులు పొలము కొంటిని దయాబ్ధి! నిన్ను మెప్పింప.." అని నిందిస్తారు. 'ఉదయశ్రీ' (ఐదవ భాగం లో) "వెలుగు దేనెలు తీర్చి, తీర్చి సువిభక్తి శ్రీలతో, "చంపకో / త్పలమాలల్" చక్కనమర్చి.." అని వివరిస్తూ విభక్తులతో ఆయన రచించిన "శ్రీనివాసోదాహరణము" నభూతో అనక తప్పదు.

అమ్రపాలి' కవితలో బుద్ధుని గూర్చి కఱకు కత్తులు పెటికి కంఠాలు తెగనటికి / ప్రజల నెత్తురు తాగు గజదొంగలను గూడ / సాధువులుగా మార్చుసౌహార్దముల పంట' అని శ్లాఘిస్తారు. 'సైనికుడి ఉత్తరం' చదువుతుంటే (తిలక్ గుర్తుకు వస్తారు) కంట నీరు.. వెచ్చగా, ఆర్తిగా మనసున ఇంకిపోతుంది. అక్షరాల కున్న మహత్తును తలపుకు తెస్తుంది. వీర సైనికుల కర్తవ్య దీక్ష పరాయణత్వానికి శాల్యూట్ చేయాలనిపిస్తుంది. "శత్రువుల అమ్మ మానవత్వాన్ని 'సత్యాన్ని, ప్రేమని సౌహార్దాన్నీ / రచ్చ చేస్తున్న కిరాతకులు 'ఇద్దరి నడుమ సరిహద్దుల కోసం గ్రుద్దులాట కాదిది / సమస్త విశ్వశాంతి ని సవాలు చేసే జటిల సమస్య ఇది'. 'ఎముకలు కొరుక్కుతినే చలిలో కాళ్లు చేతులు కొంకర్లు పోతున్నవి.. పదే పదే గుర్తుకు వస్తున్నవి / దూరాన ఉన్న కన్నతల్లి చల్లని మమతలే / అనురాగమయి అర్ధాంగి తీయని అమాయకతా / చిట్టి బాబు చిన్నారి పెదవుల జాత", సైనికుల దేశభక్తి ఈ కవిత నిండా కళ్ళకు కట్టినట్టు

చిత్రిస్తారు. వర్తమాన సమాజ చిత్రం.. ఓ అస్పష్ట అరాచక అశాంతి అవినీతులు జడలు విప్పిన అదృశ్య చిత్ర రూపం. "హింసా శక్తులు రక్త దాహం దండెత్తిన దరిద్ర ప్రజా సంసారమ్ములపై; పురోగమనములై స్తంభించె; స్వాతంత్రమే ధ్వజస్తంభమయ్యె; కిరాత చేత శర విద్వంబైన యిద్దారుణీ హంసన్ గాయము మాన్పి కావవలనయ్య! రమ్ము వేగమ్మునన్' అని బుద్ధదేవుని పునరాహ్వానము కోరుతారు 'కరుణ' రసవంతమైన కవితలల్లి

"జంధ్యాల పాపయ్య శాస్త్రి కవిత్వం" గురించి ఎన్ని గ్రంథాలైనా వ్రాయవచ్చు."కరుణశ్రీ" అనే పేరులో ఔచిత్యం గురించి ధర్మసందేహాన్ని ప్రకటించిన వారెందరో. "కరుణం" అంటే శోకరసం. "శ్రీ" దీనికి తోడెందుకు? ఒక వేళ దయార్థకం అయితే "కరుణాశ్రీ" అని ఉండాలి కదా? అందుకు ఆయనే చెప్పిన సమాధానం, కరుణశ్రీ అంటే దయామయమైన శ్రీ కలవాడని. ఈపదం బుద్ధదేవునికి పర్యాయ పదంగా స్వీకరించానని అంటారు. గీతలో "అద్వేష్టా సర్వభూతానాం మైత్రాః కరుణ ఏవచః" అనేది కృష్ణుని మాట. అనగా దయాగుణం కలిగిన వాడని అర్ధం. "ఆయన కవిత్వంలో కరుణ రసం నిండుగా ఉంటుంది. "ప్రశ్న కూడా కవితాత్మకంగానే ఉంటుంది.

మనసుతో మనసారా జీవించిన తిరుమల రామచంద్ర

చలంతి గిరయః కామం

యుగాంత పవనాహతాః

కృచ్ఛేపిన చలత్వేన

ధరాణా నిశ్చలం మనః

ప్రళయకాలంలో పెనుగాలులు వేసినప్పుడు పర్వతాలు కూడా చలించిపోతాయి. కానీ ఎంతటి కష్ట కాలం లోనూ ధీరుల మనసు చలించనే చలించదు. సాహితీ మేరునగం వంటి తిరుమల రామచంద్రం గారి జీవితంలో ఎన్నెన్నో మలుపులు, కష్టాలు, కన్నీళ్లు, మెరుపులు, మరకలు అయినా వెనుతిరిగి చూడలేదాయన. జీవితాన్ని మనసారా రెండు చేతులతో ఆస్వాదించి, ఆనందించిన తపస్వి ఆయన. ఆయన చేసిన సాహితీ ప్రయాణాలు.. ప్రయోగాలు.. అక్షరీకరించిన అనుభవాల సంపుటి "హంపి నుండి హరప్పా దాక" ఆత్మకథలలో అత్యధిక ఖ్యాతినార్జించిన గ్రంథం. ఎన్నెన్నో ఉత్కంఠతకు నెలవు. మొదటి పేజీని మనం తిరగేస్తే మిగిలిన నాలుగు వందల తొంభై ఆరు పేజీలను పుస్తకమే మన చేత తిరగేయిస్తుంది. ప్రతి సాహితీకారుడు చదవవలసిన పుస్తకం. సాహిత్యంలోకి అడుగులు వేస్తున్న, వేయాలనుకునే ప్రతి ఒక్కరూ కంఠస్థం చేయవలసిన గ్రంథం. ఇది ఆయన జీవిత చరిత్ర కాదు.. జీవనానుభవాలు కాదు.. ఈ గ్రంథంలో వివరించిన అంశాలు ఆయన మొత్తం జీవితం కాదు.. కేవలం మూడో వంతు మాత్రమే. రామచంద్ర గారు నిత్య మనస్వి. నిరాడంబర వచస్వి. ఇరవై శతాబ్దాల తెలుగు సాహిత్య చరిత్రలో, సమీక్షల్లో, అధ్యయనంలో ఓ పది పదిహేను మంది ప్రముఖులను ఎంపిక చేయవలసి వస్తే, అందులో తిరుమల రామచంద్ర

గారిని తప్పనిసరిగా లెక్కించవలసిందే..! అర్ధ శతాబ్దపు కాలం వివిధ పత్రికలలో పనిచేసినా తనకు తాను ఏనాడూ పెంపు చేసుకోలేదు. ఆయనకున్నంత పేద మనసు, పెద్ద మనసు అంతటి సాహిత్య మూర్తులలో ఎవరిలోనూ చూడలేము. 'తరువులతి భార ఫల సమృద్ధి నమ్రత వహించు' అనే భర్తృహరి సూక్తిమత్వం – రామచంద్ర గారి మూర్తిమత్వం. ఈయన జన్మ స్థలం కర్ణాటక రాష్ట్రంలోని 'హంపి'. విజయనగరం దగ్గర్లోని రాఘవమ్మపాలెం (రాఘవమ్మ పల్లె – కాలక్రమంలో రాగంపాలెం అయిందట) తల్లి జానకమ్మ. బాల్యమంతా సంస్కృతం, కన్నడ, తెలుగు భాషలలోనే గడిచిపోయింది.

'హంపి నుండి హరప్పా దాకా' సాగిన తిరుమల రామచంద్ర సాహితీ ప్రయాణం లో ఆయన చూసిన ప్రతి సన్నివేశం, సంఘటన, అనుభవం ఎంతో ఆర్ద్రతతో వర్ణిస్తారు. అక్షరాలను చెక్కి వాక్యాలు తీర్చిదిద్దినట్లుంటాయి. అనుభవాల వెనుక అనుబంధాల ఆర్తిని, ఆర్ద్రతను వర్ణించిన వైనం చదువరులను కట్టిపడేస్తుంది. ప్రతి అధ్యాయానికి ముందు ఉదహరించిన సూక్తులు ఎన్నెన్నో విషయాలను చెబుతాయి. అధ్యాయంలోని ఊసులను క్లుప్తంగా వివరిస్తాయి. ప్రతి మాట ఆచితూచి నట్లుగా ఉంటుంది. ఇందులో 60 చిన్న చిన్న అధ్యాయాలున్నాయి. అవి భారతీయ సంస్కృతిలోని మేలిమిని సాక్షాత్కరింపజేస్తాయి. మరెన్నో ఈ రకమైన విషయాలను నవరసభరితంగా వివరిస్తారు. ఆయన లాహోర్ నుండి ధర్మశాల వరకూ చేసిన ప్రయాణంలో మారుతున్న భాషలనూ, యాసలనూ గమనించిన తరువాత 'పన్నెండు క్రోసులకొక భాష మారుతుంది' అంటారు. ఏ ప్రాంతానికి వెళితే ఆ ప్రాంతపు ఆహారాన్ని ఆస్వాదనాపూరిత ఆనందంతో స్వీకరించిన 'త్రిదశుడు' ఆయన. ఎనభైనాలుగేండ్ల జీవితాన్ని యాదృచ్ఛాలాభసంతుష్టంగానే గడిపారు. గతానికి అగతానికి ఒక అందమైన వారధిని ఈ రచన ద్వారా మనకి తెలియజేస్తారు. పంజాబు ప్రాంతంలో పర్యటించిన వేళ అమాయకమైన పల్లె జీవితాన్ని ఆస్వాదిస్తూ "రబ్బా! (భగవంతుడా!) నీవు భారత గ్రామ ప్రజల ఆనందం లో ఉన్నావు' అంటారు. 'లావణ్యం ఒలికే లాహోర్' అనే అధ్యయనంలో మాధవశాస్త్రి బండారి గారి పరిచయం తదుపరి ఆయన మరణాన్ని కూడా ఎంతో ఆర్తితో, ఆర్ద్రతాపూరిత హృదయంతో చెబుతారు. 28వ అధ్యాయం లో సత్యం, తపస్సు, జ్ఞానం, అహింసాగుణం, విద్వాంసులను సేవించడం, ఉత్తమ శీలము' ఈ గుణాలు ఉన్న వాడే విద్వాంసుడు. వట్టి చదువుతో విద్వాంసుడు కాలేడు అంటారు. ఈ వ్యాఖ్యానానికి నిలువెత్తు రూపం తిరుమల రామచంద్ర గారి వ్యక్తిత్వం. 27 వ అధ్యాయం లో కుటుంబంలోనూ, సమాజంలోనూ గౌరవంగా ఉండడానికి మానవుడు న్యాయం గాను, నీతి గాను వ్యవహరించాలనే ఆర్య వాక్యాన్ని చెప్పిన వేళ రామచంద్ర గారి రూపం మన మనోనేత్రం ముందు సాక్షాత్కారమౌతుంది. గురువుల గురించి చెబుతూ 'ధర్మశాస్త్రాలు చదువుతున్నప్పుడు నాకు, మా గురువు గార్ల వంటి వారిని చూసే ధర్మశాస్త్రకారులు తమ సూత్రాలను రచించారా – అని అనిపిస్తుంది. మాగురువుల వ్యక్తిగత జీవితాలు మాకు

తెలియవు. తెలుసుకుందామనే రంధ్రాన్వేషణకు ఎప్పుడూ పూనుకోలేదు. వారు మాతో ప్రవర్తించిన తీరు చాలు, వారి వైయుక్తిక జీవితము పవిత్రంగా ఉంది అని చెప్పడానికి.' వర్తమానంలో ఈ సూత్రాలు చదివిన వారికి ఎలా ఉంటుందో వారి విజ్ఞతకే వదిలేద్దాం...

ఆయన తన జీవితంలో ఎన్నో ఎత్తులను చూశారు. కానీ ఏనాడు ఎటువంటి ప్రలోభాలకు, కీర్తి ప్రతిష్టల ఆశా పాశాల బలహీనతలకు లోనుకాలేదు. ఈ గ్రంథంలో ఆయన భాష ప్రలుబ్ధత ఆయన జీవితంలో వివిధ దృశ్యాలను ఎంతో రమ్యంగా చిత్రించిన వైనం, ఘనం. "శుభిరుజ్జ్వలమైన శృంగారం, సుకుమార హాస్యం, పరమ మనస్వీత వంటి ఈ గ్రంథం నిండా పాఠకులు పూలతోటలో విహరించేంత సంతోషాన్ని కలిగిస్తాయి.." అంటారు అక్కిరాజు రమాపతిరావు గారు.

సుజనుడు ఊళ్లో ఉన్నప్పుడు ఊరంతా నిండుగా ఉంటుంది. అతడు మరుగై పోతే అంతా వెలితే.. అది ఎలాంటి వెలితి అంటే.. గ్రామ సమీపంలోని మర్రిమాను కూలిపోతే ఎంతటి వెలితో అలాంటిది. ఆ వెలితిని పూడ్చడం ఎంతో కష్టం. తిరుమల రామచంద్ర గారు లేకపోవడం తెలుగు సాహిత్యానికి ఏర్పడిన లోటు అటువంటిదే.. "నాతోటి సామాన్యుడి జీవితంలో ఏమి గొప్ప సంఘటనలు ఉంటాయి గనుక? కానీ ఇది ఒక దేశ ద్రిమ్మరి అనుభవ విశేషంగా, సత్యాన్వేషి కథనంగా, జిజ్ఞాసువు ఆవేదనగా పాఠకుల మనసుకు దగ్గరవుతుందని నా విశ్వాసం" అంటూ ఎంతో వినయంగా తనకు తానే చెప్పుకున్నారు రామచంద్ర.

చివరిగా..

'సజీవతి మనోయస్య మననేవహి జీవం' అనే శ్లోకం ఉంది. అనగా - ఎవరైతే మనసుతో మనసారా జీవిస్తారో వాళ్లే నిజంగా జీవించినట్లు.. వాళ్ల జీవితమే సార్థకం. తిరుమల రామచంద్ర గారు ఇటువంటి వారే!

మానవతావాద చిత్రం 'గాలివాన'
పాలగుమ్మి పద్మరాజు

శతవత్సరాలు దాటి ప్రయాణం చేస్తున్న 'కథ' ప్రస్థానం లో ఎన్నెన్నో కథలు. ఎందరెందరో కథకులు తమదైన ముద్రను వేశారు. శ్రీపాద, చలం, బుచ్చిబాబు, రా. వి. శాస్త్రి తొలితరం, మలితరం కథకులు. కథను పరిపుష్టం చేశారు. సాంఘిక సంస్కరణ, సామాజిక రుగ్మతలకు చికిత్సల కోసం వాడుక భాషను కథా ప్రక్రియకు జతచేసిన కందుకూరి, గురజాడ ఆశయాల తరువాత కథకులు ముందుకు దూసుకు వెళ్లారు. తెలుగు కథకు అంతర్జాతీయ ఖ్యాతిని ఆర్జించి పెట్టిన కథకుడు 'పాలగుమ్మి పద్మరాజు'. 'పాలగుమ్మి' వారు జూన్ 24, 1915 తిరుపతిపురం, అత్తిలి మండలం, పశ్చిమగోదావరి జిల్లాలో జన్మించారు. బెనారస్ లో ఎం.ఎస్. చదివి భీమవరం, పిఠాపురం కళాశాలల్లో కెమిస్ట్రీ అధ్యాపకులుగా పని చేశారు. కథలు, కవితలు, నాటకాలు, విమర్శలు నవలలు వంటివి ఎన్నో రచించారు. వీరి కవితల్లో పురిటి పాట, రాని విమానం, చీకట్లో మొదలైనవి ప్రసిద్ధాలు. వీరి కవితల్లో అధునాతన కవితామార్గం, ప్రత్యేక వ్యక్తిత్వం కనిపిస్తుంది. రవీంద్రుడు రచించిన 'LOVE AND DEATH' అనే కావ్యాన్ని అనువదించారు. ఈయన రచనల్లో వాస్తవిక పద్ధతి, మానవతావాదం వంటివి ఉన్నాయి. ప్రముఖ సంగీత విద్వాంసులు పాలగుమ్మి విశ్వనాథం వీరి బంధువులు. కేంద్ర సాహిత్య అకాడమీ అవార్డును స్వీకరించారు. హేతువాది, ఎం. ఎస్. రాయ్ భావాల ప్రచారకుడు. అరవై కథలు, ఎనిమిది నవలలు, ముప్పై కవితలు రాశారు. 'గాలివాన', 'పడవ ప్రయాణం', 'ఎదురు చూసిన మూహూర్తం' అని వీరి కథలు మూడు సంపుటాలుగా వెలువడ్డాయి. 1954లో ప్రముఖ తెలుగు దర్శకులు, నిర్మాత బి. యన్.రెడ్డి (బొమ్మిరెడ్డి నరసింహారెడ్డి) వాహిని ప్రొడక్షన్స్ కింద నిర్మించిన 'బంగారు పాప' సినిమాతో ఈయన సినీరంగ ప్రస్థానం ప్రారంభమైంది. తర్వాత 'భక్త శబరి', 'బంగారు పంజరం' వంటి అనేక సినిమాలకు పనిచేశారు. దర్శకుడిగా 'బికారి రాముడు' అనే చిత్రం చేశారు. 'పడవ

ప్రయాణం' అనే కథను 'స్త్రీ' అనే చిత్రంగా తీశారు. వీరి 'నల్లరేగడి' కథను 'మన ఊరి కథ' చలన చిత్రంగా మలిచారు. ప్రముఖ దర్శకులు దాసరి నారాయణరావు గారి చిత్రాలకు పని చేశారు.

అంతర్జాతీయ బహుమతి అందుకొన్న 'గాలివాన' కథ రాయడం వెనుక ఆసక్తికరమైన కథ ఉంది అంటారు పద్మరాజు. పాలగుమ్మి వారు ఉండేది నాలుగైదు అడుగుల ఇటుకుల పై వేసిన చిన్న తాటాకు పాక. ఆ గదే హాలు, వంటిల్లు అన్నీనూ. ఓ రోజు పెద్ద గాలి వాన వచ్చింది. అన్ని ఇళ్లకు పైకప్పు కూలిపోయి, వాతావరణం బీభత్సం గా ఉంది. ఇక్కడ ప్రమాదం బయటకు వెళ్ళిపోదామని హెచ్చరించారు భార్యతో. ఇద్దరు బయలుదేరారు. ఆయన ముందుగా వీధి లోకి వచ్చారు. ఆవిడ రాలేకపోయారు. ఈ లోగా గది కూలిపోయింది. ఆ శిథిలాల కింద ఆమె ఇరుక్కుపోయింది. రాజు గారి గుండెల్లో పిడుగు పడినట్లయింది. ఆమెను రక్షించడం తన ఒక్కడి వల్ల కాదని తెలుసుకున్నారు. హాస్టల్ లోని తోటి లెక్చరర్లను, విద్యార్థులను తీసుకువచ్చారు. ఆమెను అతికష్టం మీద బయటకు తీసుకువచ్చారు. కానీ, ఆమె బ్రతికి ఉందో లేదో తెలియలేదు. తెల్లారితే.. కానీ తెలియదు. ఆ రాత్రంతా ఆయన ఆవేదన, ఆందోళన, గుండెనీ మనసుని కలచి వేసిన అనుభవాలు భయంకరమైనవి. తీవ్రమైనవి. అంత బలమైన అనుభూతి నుంచి వచ్చిన కథ కనుకనే అంతగొప్పగా రూపుదిద్దుకుంది.

న్యూయార్క్ హెరాల్డ్ ట్రిబ్యూన్ పత్రిక నిర్వహించిన పోటీలలో 'గాలివాన' కథకు ద్వితీయ బహుమతి వచ్చింది. ఒక సందర్భంలో నిర్వాహకులు 'గాలివాన' కథ ప్రథమ బహుమతి కి అర్హమైనదేనని కూడా చెప్పారు. ద్వితీయ బహుమతి ఇవ్వడం వెనుక గల ప్రజాస్వామ్యయుతమైన ఎంపిక విధానాన్ని తేట తెల్లం చేశారు. ట్రిబ్యూన్ పత్రిక నిర్వహించిన ఈ పోటీకి ఇరవై మూడు దేశాల నుండి కథలు వచ్చాయి. ఈ కథలను కూడా ఆయా దేశాలలో ప్రథమ స్థానంలో నిలిచినవిగా అక్కడ నిర్ణేతలు నిర్దేశించినవే. ఆ విధంగా మన దేశంలో, మన రాష్ట్రానికి చెందిన పాలగుమ్మి వారికి వెయ్యి రూపాయలు బహుమతి లభించింది. 800 డాలర్లు బహుమతి మొత్తంగా అందించారు. 'గాలివాన' తీవ్ర పరీక్షలో నిలబడి 14 దేశాల కథలలో ఉత్తమోత్తమ కథ గా నిలబడింది.

దేశీయ, విదేశీయ విమర్శకుల మన్ననలు పొందిన 'గాలివాన' గురించి చెప్పుకోవాల్సినదేమీ లేదు. కథలో ప్రధానంగా మనిషి మనస్తత్వమును పాఠకులు చాలా సునిశితంగా ధృవీకరిస్తారు. సూత్ర బద్ధంగా నడుచుకునే వ్యక్తికి విరుద్ధమైన పరిస్థితులు ఎదురైతే తదనుగుణంగా తయారు కాలేక అతని సూత్రాలు పటాపంచలవుతాయి.
ఇటువంటప్పుడు అతనిలో మానవత్వం స్పష్టంగా వికసిస్తుంది.

మనిషి నిర్మించుకున్న సిద్ధాంతాలు, ఆశయాలు, భౌతికమైన మౌలిక ప్రతిష్టకు వేదికలుగా ఉంటాయి. కానీ అవి వ్యక్తి నిర్మించుకున్నవని తెలిపే అనుభవాలు సంఘర్షణలకు

అతను లోనయ్యాడు. వాటిలోని డొల్లతనం, అతనిలోని మనిషి తత్వం ప్రదర్శితమౌతాయి. 'గాలివాన' కథలో రావు గారు గొప్ప క్రమశిక్షణ కలిగిన వాడిని, నీతిమంతుణ్ణి, ఎటువంటి పరిస్థితుల్లోనూ తనకు తాను అధీనం తప్పనివాణ్ణి అని అనుకున్నా 'గాలివాన' సమయంలో ముష్టి దాన్ని గట్టిగా కౌగిలించుకొని ప్రాణం రక్షించుకుంటారు. ముష్టి దాని మరణం చూసిన తాను ఆమె చేతిలోని పర్సులో తన ఫోటోలు తీసేసి ముందుకు వెళ్ళిపోతారు. ఆమె దొంగ అనుకోవడం అతనికి ఇష్టం లేదు. మరి ముష్టి దాని చేతిలో ఉన్న ఖరీదైన పర్సును చూసిన వారెవరైనా ఏమనుకుంటారు ఆమెని? ఎంతో జ్ఞానవంతమైన ఆలోచనలు కలిగిన ఉపన్యాసాలిచ్చే రావు గారు ఈ చిన్న విషయం ఎందుకు మర్చిపోయారు? ఓ నైతిక అహంకారం మనిషిని భ్రమలోకి నడిపిస్తుంది. కథ ప్రారంభంలో రావుగారి, కథ చివరిలో రావుగారి ప్రవర్తనను గమనిస్తే 'మానవ మనస్తత్వ సూత్రం' లో ఓ అదృశ్య కోణం పాఠకుణ్ణి ఆశ్చర్యానికి, భయానికి లోను చేస్తుంది... ఆలోచింపజేస్తుంది... ప్రతి ఒక్కరిలో ఒక రావు గారుంటారనిపిస్తుంది. కథ ముగిసేసరికి పాత్రధారి రావు తో పాటు పాఠకులు కూడా ముష్టి దానిపై ఎక్కువగా సానుభూతిని కనబరుస్తారు. గాలివాన తాకిడికి మానవుల మనసులో కట్టుకున్న బాహ్య సూత్రాలు తెగిపోయే విధానాలు కథ ప్రారంభం నుండి వ్యంగ్యంగానే స్ఫురిస్తూ ఉంటుంది. ఈ కథలో శిల్పము, సంఘటన, ప్రధాన భావము ఒకే మూసలో కరిగి పోసినట్లు కొనసాగుతుంది.

పద్మరాజు గారి 'కథాశిల్పం'ను ఇతరులు అనుసరించాలి. "పాత్రలను, సన్నివేశాలను అతి క్లుప్తంగా, అతి స్పష్టంగా చిత్రించడం, కథా ప్రయోజనాన్ని చెప్పకుండా చెప్పడం, ప్రతి వాక్యంలోనూ కథలోని ప్రధానమైన మూడ్ ను పోషించడం కథకు ముఖ్య లక్షణాలు" అని ఆయన అభిప్రాయం. తన కథల్లో ఈ అంశాలను చాలా జాగ్రత్తగా అనుసరించడం కనిపిస్తుంది. 'గాలివాన', 'పడవ ప్రయాణం' కథలు ఇందుకు ప్రతీకలు. కథలో వాతావరణం పాఠకులలో ఒక రకమైన మానవతా పూరిత ట్రాన్స్ ను కలిగిస్తుంది. ముష్టిదాని మరణం వెనుక ఓ జీవన విషాదం, ఆవేదన, బ్రతకనేర్చిన తనానికి చివరి వాక్యంగా కనిపిస్తాయి. పాఠకుల దృష్టిని క్షణం కూడా పక్కకు జరగనివ్వవు. కథలోని ముగింపు పాఠకుడ్ని కుదుపుతుంది. అది అతడి హృదయంలో శాశ్వతంగా నిలిచిపోతుంది. పాలగుమ్మి పద్మరాజు గారి కథ 'గాలివాన' చదవవలసిందే. దానినుండి వర్ధమాన కథకులు నేర్చుకోవాల్సింది ఎంతో ఉంది. అదో పాఠ్యగ్రంథం.

పద్మరాజు గారు ఫిబ్రవరి 12, 1983 న స్వర్గస్తులైనారు.

'నిరంతరత్రయం' - మానవ సంబంధాలు

బుచ్చిబాబు
(శివరాజు వెంకట సుబ్బారావు)

ప్రపంచ పారిశ్రామిక నాగరితక ఇచ్చిన గొప్ప కానుక కథ. హెచ్.జి.వెల్స్ అభిప్రాయం ప్రకారం 'అభద్రతాభావం' వలన పుట్టినది కథ. పారిశ్రామికీకరణ నేపథ్యంలో మనిషికి పని పెరిగింది. విశ్రాంతి తగ్గింది. దొరికిన కాస్త సమయంలో తన మనోవికాసానికి..... ఆనందానికి మార్గాలు వెతకవలసిన అవసరం పడింది. ఈ క్రమంలో ఎన్నెన్నో చిన్న, పెద్ద పత్రికలు వెలువడ్డాయి. వాటిలో కథల ప్రచురణ అవసరం ఏర్పడింది. జీవితానికి, జీవిత దృక్పథానికి సాహిత్యరూపం కథ. ' జీవితంలో ఒక ' ముక్కను తీసుకొని దానికొక రూపం, వ్యక్తిత్వం ఇచ్చే అవకాశం కలిగిన వేదిక 'కథ' గా పేర్కొనాలని, వెలరీషా అనే విమర్శకురాలు అంటారు. మంచి కథకు నాలుగు లక్షణాలు ఉండాలంటారు వల్లంపాటి వారు తన 'కథాశిల్పం 'లో అవి : క్లుప్తత, అనుభూతి. ఐక్యత, సంఘర్షణ, నిర్మాణ సౌష్టవం, ప్రముఖ రచయిత బుచ్చిబాబు కథలను పరిశీలిస్తే మొదటి అంశం క్లుప్తత'కు తగిన ప్రాధాన్యత లేదనిపిస్తుంది. ఆయన రాసిన ప్రతీ కథా ఓ నవలకు సరిపడే ''కాన్వాసు 'ను సిద్ధం చేసుకున్నదే! కారణం – విలియం ఫాక్నర్ మాటల్లో చెప్పాలంటే ' కథలో ప్రతి పదమూ దాదాపు నిర్దిష్టంగా ఉండాలి..” బుచ్చిబాబు రచనల్లో ఇది కనిపిస్తుంది. ఏ ఒక్క వాక్యం, అక్షరం ఇది అనవసరమని పాఠకుడికి అనిపించదు. మిగిలిన అంశాలు మాత్రం ఆయన కథల్లో పుష్కలంగా కనిపిస్తాయి. రంగు, రుచి, వాసన, రక్త మాంసాలతో నిండుగా.... పరిపూర్ణమైన వ్యక్తిత్వాన్ని అద్దుకొన్న అక్షరాలు, వాటిలోని “తడి” చదువరులను కట్టి పడేస్తాయి. పాశ్చాత్య సాహిత్య అధ్యయనం ఆయనకు ఎక్కువ కావటం చేత ఈ లక్షణాలు

నైపుణ్యంగా ఒడిసి పట్టుకున్నారనిపిస్తుంది. ఆయన రచించిన నాలుగు పదుల కథలను వివరిస్తూపోతే రెండు పరిశోధనా గ్రంథాల విస్తరణ అవసరముంటుంది. గొప్ప కథగా (అన్నీ కూడా) పేరు పొందిన 'నిరంతరత్రయం 'ను మాత్రం, రేఖామాత్రంగా చర్చించే ప్రయత్నం చేస్తాను.

మానవ సంబంధాలు లోని క్లిష్టత నిర్వచనాలుకు అందనిది సామాజిక మానసిక విశ్లేషణవేత్తలు నిర్వచనాలు ఎన్నెన్నో సమాజంలో (పుస్తకాల్లో)సూత్రాలతో సహా పెనవేసుకొని ఉన్నాయి. అయినా గత - వర్తమాన సమాజాలను బేరీజు వేసుకుంటే ఈ సంబంధాల్లోని డొల్లతనం అర్థం కానివని 'ఫ్రాయిడ్ 'వంటి వారు సహితం పలు సందర్భాల్లో చెప్పారు. కథకుల విషయానికి వస్తే ' మానవ జీవితం 'స్పర్శలేని ' రచన ' ఉండదు. ప్రాచీన ఆధునిక సాహిత్యాలను గమనిస్తే ఈ విషయం తెలియవస్తుంది. పద్మరాజు ' గాలివాన ' కథను ఆయన జీవితం లో సంఘటన నుంచే వ్రాసుకున్నారంటారు. అదే విధంగా బుచ్చిబాబు కూడా దాదాపు ప్రతీ కథకు తనకు తెలిసిన మనస్తత్వాలు వాటి యొక్క ప్రశ్నలు వస్తువుగా చేసుకొన్నానని ఆయనే చెప్పుకున్నారు. “నిరంతర త్రయం” ఎల్లోరాల్లో ఏకాంత సేవ ' అరకులో కూలిన శిఖరం “ నిన్న పావురం నేడు నెమలి” నా గురించి కథ వ్రాయవు ' వంటి గొప్ప కథలు అలా పుట్టినవే. వీటిలో నిరంతరత్రయం ' కథ ముగ్గురు వ్యక్తుల మధ్య సంఘర్షణ '. వారిలోని వివిధ భావాల ' ఇక్యత ' వంటి వాటికి 'రచయిత' (నాలుగవ పాత్ర) తనదైన శైలిలో వివరించిన తీరు పాఠకులను కదిలిస్తుంది. ఎంతో కాలం మనసును " వెంటాడుతుంది.

కథను రచయిత తనదైన శైలిలో చెప్పుకుపోతారు, ఏమి చెప్పినా, ఎలా చెప్పినా వాటిలో 'మానవ సంబంధాలను వదలకపోవటం రచయితగా బుచ్చిబాబు ప్రసిద్ధుడవటానికి కారణం అనేవారున్నారు. ‘నిరంతరత్రయం’ కథ ప్రధానంగా కామేశం అతని భార్య సుగుణా, మిత్రుడు కరుణాకరం మధ్యన కొనసాగుతుంది. వీరు ముగ్గురు కూడా ' మూడు విభిన్న వ్యక్తిత్వాలు 'కలిగిన వారు, కామేశం సరదా మనిషి, లోతైన అవగాహన కలిగిన వాడు కాని ‘తేలికైన వ్యవహారాల’తో తికమక చేసే వ్యక్తి. ' ఇతని అంతరంగ ' లోతు ఏమిటో ' కరుణాకరానికి ' 'సుగుణ 'కు అర్థం కాదు. 'సుగుణ ' ఆసుపత్రిలో ఉన్నదని కరుణాకరణం ఉత్తరం ద్వారా కాకుండా, అక్కడకు వచ్చిన తరువాత తెలుస్తుంది. వచ్చిన తరువాత 'సుగుణ వ్యక్తిత్వంలోని ఓ ' ముసుగును తీసీ, తీయలేని వ్యక్తిత్వంను గమనిస్తున్న సమయంలో

కరుణాకరం సుగణ ' తో తన ప్రేమ వృత్తాంతాన్ని వివరిస్తూనే దీనికి కారణం అని కూడా వివరిస్తాడు. వీరి కథకు నేపద్యం 'కామేశం'కు వచ్చిన టి.బి. సుగుణ ఆరోగ్యంతో ఇంటికి వెళ్ళిన తరువాత ' కామేశం'ను శానిటోరియంలో చేరుస్తారు. విద్యార్థి దశ నుంచి ' కామేశం ' సహాయంతో పైకి వచ్చిన వ్యక్తి కరుణాకరం. ఈ కారణంగా ' కామేశం ' రాసిన ఉత్తరం వలన అతనికి సహాయంగా ఉండేందుకు వెళతాడు కరుణాకరం అక్కడ "సుగణ'తో అతనికి ప్రేమ కథ నడుస్తుంది, స్నేహితుని భార్య, స్నేహితుని ఔదార్యం, తన ఎదుగుదల, సుగుణ "కోరిక ప్రోత్సాహం వంటి వాటి మధ్య సంఘర్షణ'కు లోనయిన కరుణాకరం'రచయిత ' మిత్రున్ని ఏమి చేయాలో చెప్పమంటాడు. కథ ఇలా నడుస్తుండగా ' కరుణాకరం ' కు టి.బి. వస్తుంది. కామేశం సంపూర్ణ ఆరోగ్యంతో ఇంటికి వెళ్ళిపోతాడు. కాని... కరుణాకరం కోసం ఆసుపత్రిలో ఉండాలంటాడు. సుగుణ మాత్రం అంగీకరించదు. ఎందుకిలాగా అనేది కామేశం ప్రశ్న కరుణాకరం ఆరోగ్యం కుదురుతుంది. డిశ్చార్జి చేస్తామంటారు డాక్టర్లు. కాని,,, ఆ రాత్రి అతను ఆత్మ హత్య చేసుకొని చనిపోతాడు. స్థూలంగా కథ ఇది. అయినా సుగుణ పాత్ర చిత్రణ ఓ మిస్టరీ లా అనిపిస్తుంది. కాని మానవ సంబంధాల్లోని ఓ 'అస్పష్టతను ప్రకటించేదిగా ఉండటం' ఇక్కడ విశేషం.

"ఒకరకం అస్వస్థత ప్రతీ వారికి అప్పుడప్పుడు కలుగుతుండాలని నా ఉద్దేశ్యం. అది శరీరాన్ని శు భ్రపరుస్తుంది. మనస్సుని పవిత్రం చేస్తుంది. ఉద్రేకాలని సుడిగుండంలో తిప్పి స్వప్నంలో కదులుతున్న ఉపనదిలా ప్రవహింపజేస్తుంది. కాంక్ష, కామం, మమకారం – అన్నీ శిఖరం తాకిడికి విడిపోయి నల్లమేఘంలాగా...." అనే రచయిత వర్ణన 'సుగణ " ' కామేశం ' ' కరుణాకరంలు "మధ్య "మానవ సంబంధాల్లోని ' ' మానసిక ఐక్యత ' లోని ' సంఘర్షణ ' తెలియజేస్తుంది. ' కామేశం ' అనారోగ్య సమయంలో ' కరుణాకరం ' ను ' ప్రేమించిన ' (ఆశించిన) సుగుణ, కామేశం కు నయం కాగానే అతడి పై ' చిరాకు'ను ప్రదర్శిస్తుంది.

ఈ భిన్నత్వంలోని ' ఆంతర్యం ' ఏమిటో ' ఆమెకు ' మాత్రమే తెలుసునని పాఠకుడు అనుకొనేలా ' రచయిత ' వర్ణన ఉంటుంది. ఆమెలో ' కొంత ఠీవి ' పోయిజ్ ' కూడా ఉన్నాయి, మిలటరీ ఉద్యోగుల్లో తప్ప " పోయిజ్ 'ఉండదు. నిబ్బరం, హుందాతనం ' ధీమా '– వ్యక్తిత్వం, వీటి సమ్మేళనం వల్ల పక్వానికొచ్చిన శరీర లావణ్యం సుగుణది ' అంటారు. మరోచోట ' స్వంత గాధలు చెప్పుకొన్న వాళ్ళు అడిగేది నిజంగా సలహా కాదు, సానుభూతి. లోకజ్ఞానం ఉన్న

వాళ్ళు అడ్డదిడ్డమైన ప్రశ్నలు అడుగుతారు, విమర్శిస్తారు. విలువ కడతారు – తీర్పు చెబుతారు. అని అంటారు. మానవ సంబంధాల్లో ' విలువలు ''సంబంధాల'కు మధ్యన ఓ 'అస్పష్టమైన' దూరం కనిపిస్తుంది. ప్రేమ, అభిమానం, ఆప్యాయత, అనుబంధాలు వంటివీ 'పలుచని రెక్కలు ' (అనుభవాలు) గాలికి కొట్టుకుపోతాయి. ప్రేమ కూడా చంచలమయిందనే విషయం వర్తమానంలో కనిపిస్తుంది. మానవ సంబంధాల్లో ' ప్రేమ 'కు భిన్నమైన పాత్ర ' ఉంది. డబ్బు, అవసరాలు వంటివి కూడా ' ప్రేమ ' ను ఏర్పరుస్తాయి. విచ్ఛిన్నం చేస్తాయి. ' స్నేహం ' విలువ తెలిసినవారు ' నిజాయితీ 'కి 'విలువ ఇస్తే ' త్యాగానికి వెనుకాడరు కాని అది ' అస్పష్టమైన త్యాగమయితే? అనేది కరుణాకరంను గూర్చి ' రచయిత ' చెప్పిన వాఖ్యానం. మానవ సంబంధాల్లోని ' ప్రేమ ' ను గురించి (ముఖ్యంగా స్త్రీ కి సంబంధించి) ఏ ఒక్కరూ 'నాది అపూర్వమయిన ప్రేమ ' అంటే మాత్రం నేను నవ్వక మానను. బకెట్ బంగారంది కావచ్చు, వెండి కావచ్చు, రాగిది కావచ్చు ఆఖరికి ప్లాస్టిక్ ది కావచ్చు. లోపలివి మామూళ్ళు నీళ్ళే ' అంటారు.

కరుణాకరం మరణం గురించి చెబుతూ ఆనందం పంచుకుంటానని, దుఃఖం దిగవిడిచి పొయ్యాడు ' అని విచారిస్తారు. ఎందుకిలా అనేది ' మానవ సంబంధాల్లోని అస్పష్టత' ' కు వదిలేస్తారు.

ప్రతీ మనిషి వ్యక్తిత్వంలో ఓ వెలుగు ఉండాలి. దీనిని రచయిత గ్రహించాలి. అనుభవం వ్యక్తి వక్తిత్వంను విశాలం చేయాలి. వైశాల్యం, లోతులను పెంచాలి. మానవ సంబంధాల్లోకి వెళితే వీటి " అవసరం ' తెలుస్తుంది. కథలో ఇది ఎంతో అవసరం. ' జీవిత రహస్యం ' ఎంతో ఉందంటారు. జీవిత వైచిత్రిని, బాహ్య అంతరంగ జగత్తుల సమన్వయం వంటివి ఈ కోణంలో నుంచిస్పృశించాలి. బుచ్చిబాబు కథలు ఇందుకో ఉదాహరణ. ' మానవ ప్రకృతి మారకపోయినా, సృష్టి సాగినంతకాలం ఆశ్చర్యం గొలిపే సంఘటనలు, వింతలు సాగుతూనే ఉంటాయి – జీవిత రహస్యం శోధించడంలో నాలుగో పరిమాణం సాహిత్యం అనే బుచ్చిబాబు గారి వ్యాఖ్యానం అక్షర సత్యం.

ప్రతిభాన్విత "పఠాభి" తిక్కవరపు పట్టాభిరామారెడ్డి

"ఈనాడు అంతా తారు మారు

ఆశలు మన్ను ముట్టినవి

ధరలు మిన్ను ముట్టినవి"

ఇదీ పఠాభిగారి 'పన్చాంగమ్" లోని ఓ సత్యం. ఆయన 1964లో చెప్పినా ఇది ఓ వర్తమాన సామాజిక వాస్తవమే. వైచిత్రి భావాల విలక్షణ కవి "పఠాభి అసలు పేరు "తిక్కవరపు పట్టాభిరామరెడ్డి ఆయన రాసిన ప్రతీ అనుభవం, రచనలోనూ విలక్షణం కనిపిస్తుంది. మనిషి మృదువు. కవిత కటువు. మృదుత్వం, కఠినత్వం ఆయన వ్యక్తిత్వంలో "జంట పదాలు". వచన పద్యాలతో పద్యాల నడుములు విరగ్గొడతానన్నారు. అంత్య ప్రాసలతో అలరించారు. శ్రీశ్రీ ఫి"డేలు రాగాల "ఇంట్లో" లో "విచిత్రమే సౌందర్యం, సౌందర్యమే విచిత్రం" అంటారు. పఠాబి వ్యక్తిత్వం, కవిత్వం రెంటిలోనూ విచిత్రమైన సౌందర్యం కనిపిస్తుంది. "నాకు విచిత్రంబగు భావాలు కలవు. నా కన్నులందు టెలిస్కోపులు, మైక్రోస్కోపులున్నవి" అని ఆయనే తన ఆత్మకథలో రాసుకున్నారు. కవిత్వంలో గణితాన్ని, గణితంలో కవిత్వాన్ని ప్రదర్శించగల ప్రతిభాశాలి పఠాభి.

పఠాభి 1919లో జన్మించారు. ఆయన తల్లి సుదర్శనమ్మ. గొప్ప సాహిత్య వారసత్వం ఆమె స్వంతం. ఈయన తండ్రి రామిరెడ్డి, కవి పండిత పోషకుడుగా ఖ్యాతిగాంచారు. పఠాభి ఆగర్భ శ్రీమంతుడు. నెల్లూరు సమీపంలోని పొట్టేపాలెం వీరి జన్మస్థలం. తండ్రి మాట కరుకుతునం వలన తల్లి చాటు బిడ్డగా పెరిగాడు. మృదుస్వభావి. పదాలతో ఆడుకోవడం

చిన్నతనం నుంచి సరదా. చింతచెట్టును చూసి బాల్యంలోనే "చింతా... చింతా అంతా! యంతా! కొంతా! ముంతా!తంతా!" అని రాసారు. కళాపూర్ణోదయంలోని "ఓ హంసి నీచేతనున్నయది నా బ్రదుకు..." అనే దేశి ఛందస్సు రగడ పాదం వలన చిన్నప్పుడే అంత్యప్రాసల, శబ్దాలంకారాల మీద విపరీతమైన ఇష్టం ఏర్పడింది. మేనమామ బెజవాడ గోపాలరెడ్డిగారి ద్వారా ఠాగూర్ సాహిత్యంలో ప్రవేశం కలిగింది. హిందీ నేర్చుకున్నారు. 18-14 సంవత్సరాల వయసులోనే కథలు, కవితలు రాసారు. తొలి రచనలు జమీన్ రైతు కృష్ణాపత్రికలో ప్రచురణ అయినవి. ఈయన తొలి కథ "ప్రతిధ్వనులు" 1934 చిత్రగుప్తలో అచ్చయింది. అప్పటికి ఆయన వయసు పదిహేనేళ్ళు. రవీంద్రుని శాంతినికేతన్, కలకత్తా విశ్వవిద్యాలయంలో చదువు ఆయనకెన్నో జీవిత పాఠాలను నేర్పాయి. ఆయన జీవితానికి మలుపులుగా నిలిచాయి. ఇక్కడ ఏర్పడిన అశాంతి లో నుంచి పుట్టినదే 'ఫిడేలు రాగాలు' డజన్. పదిహేనళ్ళకే 'యవ్వన స్వప్నము', పదిహేడేళ్ళకు "ఆవేదన" అనే కావ్యాలను రచించారు.

1938-39లో పఠాభి రాసిన 'ఫిడేలు రాగాలు డజన్' ఆయన విశ్వరూప సందర్శనం చేసిందనే చెప్పాలి. ఆయన ఇందులో చేసిన ప్రయోగం ఎంతోమందికి అర్థం కాలేదు. కన్నడంలోకి అనువాదం చేసిన యు.ఆర్. అనంతమూర్తి వంటివారు "మున్నడి" రాస్తూ "అకావ్యం లాంటి ఇలాంటి వచన పద్యాలు 1939లో కన్నడలో అచ్చయి ఉంటే బాంబు పేలినట్లయేది" అన్నారు. ఇదో విప్లవాత్మక సాహసమని పొగిడారు. ఆధునిక ప్రయోగాల్ని అర్థం చేసుకోలేని వారు మాత్రం ఇదో 'రోగాల డజన్' అన్నారు. ఆ తరువాత వచ్చిన పఠాభి వారి "నీలగిరి నీలిమలు" (1951), 'కయిత నా దయిత (1978) అంతర్లీన భావాల్లో ఓ విలక్షణ ఉండాలని ప్రయోగాత్మకంగా వ్రాసారు. ఇందులో ప్రదర్శితమైన విశృంఖల భావుకత ఎందరికో అర్థం కాలేదు. నగర జీవితంలో సంక్లిష్ట ఉంటుంది. ఇక్కడో విచిత్రమైన భావజాలం పెనవేసుకొని పోయి వ్యక్తిత్వాలలోనే ఓ విలక్షణత గోచరిస్తుంది. ఇందుకోసం పఠాభి ఓ కేన్వాసు ను ఎన్నుకొన్నారు. అందుకు తగిన విచిత్ర భాషను ఆయన ఆశ్రయించారు. ఇందుకు ఉదాహరణ "జాబిల్లి కవితలో "తగిలింపబడియున్నది జాబిల్లి / చయినా బజారు గగనములోన, పయిన / అనవసరంగా అఘోరంగా" అంటారు. ఈ వైవిధ్యయుతమైన భాషా ప్రయోగశీలత ఆయన కథలు, వ్యాసాలు, కవితలు, ముఖాముఖిలోనూ కనిపిస్తుంది. అసలు ఆయన జీవితమే ఒక ప్రయోగశాల.

పఠాభి జీవితంను గమనిస్తే ఎంతో వైవిధ్య భరితంగా కనిపిస్తుంది. ఎన్నెన్నో మలుపుల్లో కులాంతర, మతాంతర, భాషాంతర, రాష్ట్రాంతర బేధాలున్నాయని అవగతమవుతుంది. ఇందుకు ఉదాహరణ ఆయన వివాహం. అతను 1925లో యెమన్ రాజధాని యేడిన్ జన్మించిన 'స్నేహలత జాయిస్ పాట్రిషియా పావెల్న 1947లో మద్రాసులో

వివాహం చేసుకొన్నారు. ఆమె 'ఫోకస్' అనే ఆంగ్లపత్రిక ప్రచురణ కర్త. ఈమె 1976లో అత్యయిక పరిస్థితి వలన జైలు పాలయి 1977లో మరణించారు. ఇది పఠాభి గారికి కోలుకోలేని విషాదాన్ని మిగిల్చింది. ఆయన "పెళ్ళినాటి ప్రమాణాలు" 'భాగ్యచక్రం', "సంస్కార" వంటి చిత్రాల కర్తగా పనిచేసారు. 30 పాటలతో "సంఖ్యాబాల్య" అనే చిత్రం తీయాలనుకున్నారు. పఠాభికి ఒక కూతురు ఇషిబిలియా, కొడుకు కోణార్క్ మనోహర్ లున్నారు. 2006 మార్చి 23న ఆయన స్వర్గస్తులైనారు.

1919-2006 ల మధ్యకాలంలో పఠాభి జీవితం నిండా మెరుపులే. ఆయన సాహిత్యమంతా విలక్షణ శైలి విరుపులే, మెరుపులే. 'శపించబడిన ప్రపంచమంతకు/ వినాశకాలం మూడింది / ధరిత్ర మీదీ దురంత రాత్రికి / ప్రపంచ ఘోషే వ్యాకరణం" మనిషి కృతకమయినాడు కృతిమత్వం అతడి జీవన విధానమయింది. చివరకు 'జాబిల్లిని సహితం "ఎలక్ట్రిక్ దీపాలు జాతికి చెందిన భావచిత్రణగా అతని మనసు చేస్తున్నది. "నీవిచ్చోట బొత్తిగా అనసవరం సుమీ / మా కళ్ళు మురిసిపోవును ఈ యలక్ట్రికు/ దీపాల ధాళధళ్యమ్మునకని" అవహేళన చేస్తారాయన. "వస్తున్నారు... వస్తున్నారు.... దొంగలు, త్రాగుబోతులు, లీడర్లు, ప్లీడర్లు, పూజరులు, జారులు / తమ రూపాయి డబ్బులతోడనే వలపును పర్చేస్ చేయడానికి ఓ బొగందానా నీవు / సంఘానికి వేస్టు పేపరు బాస్కెటువా' అనే ఆయన ఆవేశంతో కూడిన ప్రశ్న. ఆయనలోని నిశితకు నిదర్శనం. "జ్ఞానం కన్నా సుఖం ప్రధానం / కన్మనే మనుస్మృతి కన్నా/ మనుచరిత్ర సార్వజనీన" నిజంగా నేటికి నిజమే. జ్ఞానం కన్నా సుఖం మిన్న అనుకోవడం చేతనే సమాజంలోని అసమానత. "గాంధీ మహాత్ములు ఒకే ఒక్కరు / బ్రాందీ మహాత్ములు మట్టుకు పెక్కురు" అనే కొసమెరుపులు 'పన్ చాంగము" పఠాభికే సాధ్యం.

చివరిగా....

"పఠాభి ప్రయోగాత్మక కవితా వేదిక. ఆయనదో నవీన పంథా. ఆధునిక ప్రయోగశీలకవి." ఆయన ఓ కవితలో

"నా యిష్టం వచ్చినట్లు జేస్తాను

అనుసరిస్తాను నవీన పంథా; కానీ

భావ కవిన్మాత్రము

నేణనహంభావ కవిని" అని చెప్పుకొన్నారు.

కోటాను కోట్ల మందిలో ఒకానొకరు మాత్రమే.. పఠాభి.

కథల మేస్త్రీ
రాచకొండ విశ్వనాథశాస్త్రి
(రా.వి.శాస్త్రి)

వల్లంపాటి వెంకట సుబ్బయ్య గారు తన ‘కథా శిల్పం’ లోని కథన పద్ధతులు 'వాస్తవిక కథనం'' లేఖా కథనం’ ‘అంతరార్థ కథనం’ (అలిగరీ) అనేవని చెబుతారు. 'కథనం ' అనగా ఏమిటి? చెప్పే పద్ధతి. వస్తువును విస్తరిస్తూపోయే ' అంశాలు'ను సమగ్రంగా చెప్పాలి. ఇక్కడ సమగ్రతనగా పాత్రలు 'నేపథ్యం ''ధ్వని' వంటివి. పెద్ద కథ, చిన్న కథ అనే విభజన కాదు ప్రధానం. రచయిత వేసుకున్న ' వస్తువును ' పాఠకులకు సులభంగా ఎంతవరకూ చేర్చ గలిగాడు అనేది ముఖ్యం. రామాయణ, మహాభారత భాగవతాలను ఎందరెందరో పండితులు తామెన్నుకున్న 'పద్ధతుల్లో చెప్పారు. రంగనాయకమ్మ గారు తమ స్టైల్ లో వీటిని గురించి రాసారు. ఏతావాతా చెప్పుకొనేదేమిటంటే ‘వస్తువు’ ను ప్రజెంట్ చేసే పద్ధతి కథనం.

ఓసారి శ్రీరాముడు వశిష్ఠుని ఆశ్రమానికి చేరుకున్నాడు. తలుపులు వేసి ఉన్నాయి. తట్టాడు. శ్రీరాముడు లోపలనున్న మహర్షి ' ఎవరు నీవు అని ప్రశ్నించాడు. జవాబుగా శ్రీరాముడు ' అది తెలుసుకోవడం కోసమే మీ వద్దకు వచ్చాను స్వామి' అని వినయంగా చెప్పుకున్నాడు. అటువంటి వానికే ' నేను ఏమిటో అర్థం కాలేదు. సందేహ నివృత్తి కోసం ' మరొకరి వద్దకు వెళ్ళవలసి వచ్చింది. మరి ‘నేను ఎవరిని ' అనే తర్క చింతన మన ఉపనిషత్తులు, వేదాంత గ్రంథాలు, ఆధ్యాత్మికవేత్తలు వివిధ రకాలైన నిర్వచనాలను ఇస్తున్నారు. ఇచ్చారు కాని ' తనను తాను ప్రశ్నించుకోవడమంటే ' సగం సమాధానం ' దొరికినట్టేనని ' వివేకానంద వాణి అసలు ఈ దిశగా చింతన చేయాలని ఎవరనుకుంటారు. నేను ఎవరిని? ఎక్కడి నుండి వచ్చాను? మరణం అంటే? మరణం తరువాత నేనెక్కడికి వెళతాను? అనే ప్రశ్నలు ఒకింత జీవన తాత్వికతను తెలియజేస్తాయి. అలెక్స్ హెలీ ' రూట్స్

వంటివి ఈ తరహా కథనాలే. బుద్ధుడు, శంకరాచార్యుడు, వివేకానందుడు, రామకృష్ణ పరమహంస వంటివారు ఇలా ప్రశ్నించుకొనే 'వాస్తవాలు తెలుసుకున్నారు, ధన్యులైనారు.

మరి ఓ చిన్న చీమకు ఈ సందేహాలు వస్తే, అది రాచకొండ విశ్వనాథ శాస్త్రి గారి 'పిలీకం 'కథ అవుతుంది. ఈ కథలోని ఇతివృత్తం ఓ చీమ 'తనేంటి తనెవరు?' అనే ప్రశ్నలకు సమాధానం కావాలనుకుంటుంది. ఆలోచిస్తూ చిక్కిపోతుంది. ఆలోచనలు వలన పని చేయలేకపోతుంది. మిగిలిన చీమలు దీనిని చూసి పనిచేయని వారు ' చెడిపోతాయి ' అని చెబుతాయి. చివరకు దాని మీద జాలిపడి ఓ చీమ! ' ఎందుకలా ఆలోచిస్తావు. ఎవరైనా ఓ అనుభవశాలిని ' అడగమంటుంది. అలా ' గోపన్నపాలెం'లోని ' నిగమశర్మ ' వద్దకు వెళుతుంది. అతడికి ' జ్ఞానం 'కన్నా ' ఆకలి ' ఎక్కువ. దానిని తీర్చుకొనేందుకు ప్రతి దినం ఓ గిద్దెడు నూకలు ' తనకు గురు దక్షిణగా ఇమ్మంటాడు.' అలా ఇస్తూ అతని వద్ద చదువు నేర్చుకుంటుంది. అయినా దాని ప్రశ్నలకు సమాధానం దొరకదు. ఈసారి మరో చీమ మరో గురువు వద్దకు వెళ్ళమంటుంది. అనంతరం నిగమశర్మ సలహా మేరకు 'జన్నాలపల్లె ' లోని 'చతుర్వేది ' వద్దకు వెళుతుంది. అది బ్రాహ్మణ చీమ కాదని, దానిపై మంత్రజలం చల్లి 'శుద్ధి ' చేసి దానికి బ్రహ్మజ్ఞానం నేర్పి నీవు ' పిపీలికాని'వి అని చెబుతాడు. నిగమశర్మ ' చీమవి ' అన్నా, చతుర్వేది పిపీలికా అన్నా దానికి తృప్తి కలగదు. తిరిగి తన పుట్ట వద్దకు చేరుకుంటుంది. పుట్టలోనుంచి మందలు మందలుగా చీమలు బయటకు వచ్చేస్తుంటాయి. జ్ఞాని అయిన చీమ మిగిలిన వారిని అడుగగా ' మన పుట్టను ఎవరో రాక్షసుడు ఆక్రమించుకున్నాడని ' చెబుతాయి. వాటినందరిని ఒక దగ్గర చేర్చి, తానే ఆ రాక్షసాకారం ' దగ్గరకు వెళుతుంది. దానితో ' ఎవరు నీవు ఇలా మా ఆశ్రమాన్ని ఆక్రమించుకోవడం అధర్మం కదా ' అని వినయంగా ప్రశ్నిస్తుంది.

పాము బుసబుసమని కోపగించుకొని 'ఓ పిపీలికాథమా నేను సుఖభోగిని, నువ్వెవరో తెలుసా? నీ ముఖం చూస్తే నీకు తెలియదులా ఉంది. నువ్వు ఈ లోకంలో తుచ్ఛపు కష్ట జీవివి. కష్టపడాలి. సుఖభోగులు సుఖించాలి.... మీ చీమ వెధవలంతా కష్టపడాలి అదే న్యాయం, అదే ధర్మం ' అని చెబుతూ వాటి నిర్మాణ కౌశలాన్ని మెచ్చుకుంటుంది. అప్పుడు చీమకు ఎనలేని ఆనందం కలిగింది. 'చదువు ''బ్రహ్మ 'విద్య చెప్పలేనిది ఓ పాము చెప్పింది. ' తనో కష్టజీవి'నని. తరువాత చీమలన్ని కలిసి పామును చంపుతాయి.

అంతర్ధాన కథనం అంటే ఏమిటి పాశ్చాత్య సాహితీకారులు ' అలిగరీ అంటారు. ప్రధాన పాత్రలు, సంఘటనలు, భావాలు ఇతర వ్యక్తులకు సంఘటనలకు, భావాలకు ప్రాతినిధ్యం వహిస్తాయి. కథ ప్రారంభం నుంచి చివరి వరకు ఈ ' అంతరార్థం ' కొనసాగుతుంది. దీనికి కథనానికి, ప్రతీకలకు, పోలికలకు, తారతమ్యాలు కూడా ఉంటాయి.

ఒక పాత్రతో, సంఘటనతో భావానికి పరిమితంగా ఉంటే ప్రతీక అవుతుంది. పరిమితంగా ఉంటే అది రూపకం అవుతుంది. ఒక ప్రతీకనో, రూపకాన్నో చివరి వరకు కొనసాగిస్తే అది ' అంతరార్థ కథనం ' అవుతుంది. ' పైన ఉన్న కథ మీద రచయిత కప్పిన పొరను తొలగిస్తే మరో కథ కనిపిస్తుంది ' అని వల్లంపాటి వారి వాఖ్యానం. (తెలుగులో ' ప్రబోధ చంద్రోదయం ', 'బంగారు నడచిన బాట ', ఇంగ్లీష్‌లో 'ఫెయిరీక్వీన్ ' ' ఆబ్ సలాం అండ్ అఖిటో ఫెల్ ' వంటివి గొప్ప ఉదాహరణలు).

రా.వి.శాస్త్రి రచనల్లో ఈ కథా విధానం ఎంతో చక్కగా కనిపిస్తుంది. ఇదే అలవరసలలో సాగినవే అనిపిస్తుంది 'గోవులొస్తున్నాయి జాగ్రత్త ' (' సొమ్ములు పోనాయండి) వంటివి. రచయిత చెప్పిన కథ వెనుక ' అంతర్లీన భాష్యాలు ' వేరేగా ఉంటాయి. 'పిపీలికం ' కథ వరకు వస్తే ' తరతరాల శ్రమ దోపిడినీ భారతీయ వేదాంత గ్రంథాలు "ఏవిధంగా ప్రోత్సహించాయో చెబుతుంది " " నిగమశర్మ ' చతుర్వేది 'వంటి పాత్రల పేర్లు కూడా వీటిని సూచిస్తాయి. బలవంతులు బలహీనుల శ్రమను దోపిడి చేయడం, దౌర్జన్యాలు (వర్తమానం కూడా మినహాయింపు కాదు) చేయడం వంటివి ఓ ' క్రమబద్ధీకరించబడిన ' వ్యవస్థగా రూపాంతరం చెందడం, ఇందుకు అన్ని వ్యవస్థలు సహాయకారులు కావటం ఈ కథలో కనిపిస్తుంది. 'నేను 'ఎవరిని అని తెలుసుకోవటం ఎవరికైనా ' సామాజిక తాత్విక కోణం'లో అవసరం. 'నిన్ను నీవు తెలుసుకోవటమే నిజమైన జ్ఞానం ' అనేది మన ఉపనిషత్తులు చెప్పే మాట. ఆదిశంకరాచార్యులు, వివేకానందా, రామకృష్ణులు తదితర ఆధ్యాత్మిక పరంపర వారసులు వ్యాఖ్యానాలకు మూలసూత్రమిదే. చీమకు కలిగిన జిజ్ఞాస ఓ "బలహీనవర్గాల వారికి కలిగితే, దాని కోసం ప్రయత్నం చేస్తే తమ అవసరాల (ఆకలి, యజ్ఞం) కోసం ఆ ' వర్గాన్ని ' వారు ఎలా ఎక్స్ ప్లాయిట్ చేసి పబ్బం గడుపుకున్నారో ' నిగమశర్మ ' 'చతుర్వేది ' వంటి పాత్రలు చెబుతాయి.

ఇక్కడో చిత్రం ఏమిటంటే ' చతుర్వేది ' వంటి విద్వాంసుడు నిగమశర్మకాని తనకు తెలిసిన (అ) జ్ఞానంతోనే తనకు తెలియకుండానే ' దోపిడి 'చేసాడు. (వారి వాదన వారికుండచ్చు) నిగమశర్మకి సహితం అది ' చీమ ' అనే తెలుసు. పండితుడు కనుక చతుర్వేది "పిపీలికం ' అన్నాడు.

ఏది ఏమైనా 'చీమ'కు చదువు 'జ్ఞానం' ఇవ్వలేదు. చివరకు 'వర్గశత్రువే అయినా పాము చీమకు " జ్ఞానోపదేశం చేసింది. నీవు ' తుచ్ఛమైన కష్టజీవివని తెలిపింది. రుషిపుంగవుడు ' మోక్షం ' కోసం తపస్సు చేయమంటాడు. ఎందుకు ' మోక్షం ' అని చీమ విలువయిన ప్రశ్నిస్తుంది. కడుపు నింపని మోక్షం ఎందుకు? ఇది చీమ సందేహం, రెక్కాడితే కాని డొక్క నిండని కష్టజీవి కి ' మోక్షం ' అవసరమా? కాని పాము చెప్పిన సత్యం " నీవు కష్ట జీవివి ఇది భగవన్యాయం ' అనే మాటలు ఆ చీమలో చైతన్యం నింపుతాయి. వాస్తవాలు ఎవరు

చెప్పినా అవి జీవిత సత్యాలుగా మలచుకొన్నవారే పోరాటాలుకుసిద్ధ పడతారు. చీమకు తాను కష్టజీవినని తెలిసాక, తరువాత చేయవలసిన కర్తవ్యం సహితం అవగతమయింది. 'పోరాటం' అనివార్యమని అర్థ మయింది.

తనవారిని కూడగట్టుకుంది. పాముని చంపగలిగింది. రా.వి. శాస్త్రి గారు ఈ కథలో చేసిన గొప్ప ప్రయోగం ఏమిటంటే మానవ పాత్రలకు బదులు జంతువుల పాత్రలను ఉపయోగించటం, జానపద కథనాన్ని ఎంచుకున్నారు. తనదైన శైలి హాస్యం, వ్యంగ్యం, 'సత్యం' వంటి వాటిని సంభాషణల్లో ఎంతో పదునుగా వాడారు. రా.వి. శాస్త్రి శైలి ప్రత్యేకతది. బడుగువర్గాల ఆకలి తీర్చని చట్టాలు, విద్యలు ఎందుకోసం? శ్రమ దోపిడిని అరికట్టలేని ప్రభుత్వాలు ఎవరిని పాలిస్తున్నాయి? ఎవరి కోసం పరిపాలిస్తున్నాయి. "సామాన్యుల ఆకలి కేకల నుంచే విప్లవాలు పుడతాయని" మార్క్స్ వంటివారు నినదించిన నినాదాలు వెనక 'చీమ' వంటి కష్టజీవుల జీవన కథనాలున్నాయనేది వాస్తవం. ఇందుకు నిదర్శనం - 'పిపీలికం

కలంతో "అగ్నిధార" లు కురిపించిన కవి దాశరథి కృష్ణమాచార్యులు

సాగరమంత సాహితీ సృజనకారుని ముఖచిత్ర పరిచయం దుస్సాహసం. ఏం తెలసని చెప్పాలి. ఎంత తెలసునని వివరించాలి? శృంగారం, భక్తి, ప్రేమ, విరహం, అగ్నిధారలు, వెన్నెల మెరుపులు, సముద్ర గర్భంలోతు, సాయం సంధ్యా సమయపు ఆహ్లాదం... మంచు... పులుగు.... పుష్ప సౌకుమార్యం... ఇంత వైవిధ్య భరితం అతని కవిత్వం.

ఒక్క మాటలో ఆయనే.. తన ఆత్మకథలో... ఓ కవితా చివురును "అంతా నేనే... అన్నీ నేనే / అలుగు నేనే... పులుగు నేనే/ వెలుగు నేనే... తెలుగునేనౌ అని చెప్పుకున్నారు. ఆయనే... "అగ్నిధారలు కురిపించిన దాశరథి కృష్ణమాచార్యులు. "కవి సింహం, "అభ్యుదయ కవితా చక్రవర్తి, 'ఆంధ్ర కవితా సారధి శ్రీ దాశరధి.

శ్రీ దాశరధి కృష్ణమాచార్యులు 1925 జులై 22 న నేటి మహబూబాబాద్ జిల్లా చిన్న గూడురులో జన్మించారు.

ఉర్దూలో మెట్రిక్యులేషన్, ఉస్మానియా నుంచి ఇంగ్లీష్ సాహిత్యంను అభ్యసించారు. సంస్కృతం, ఆంగ్లం, ఉర్దూ, తెలుగు భాషలో అనన్య సామాన్యమైన సాధికారికత ఆయన స్వంతం. నాటి హైదరాబాద్ సంస్థానం "నిజాం అరాచక ప్రభుత్వానికి వ్యతిరేకంగా జరిగిన ఉద్యమాల్లో పాల్గొన్నారు. "నా తెలంగాణ కోటి రతనాల వీణని నినదించిన, "అగ్నిధారను" కురిపించిన కవి. తెలంగాణ ప్రజల కన్నీళ్ళను కలంతో ప్రపంచానికి అందించిన మానవతావాది.

మహాకవి ఇక్బాల్ రాసిన "ఏ పొలమున నిరుపేదకు దొరకదో తిండి ఆ పొలమున గల పంటను కాల్చేయండి' అనే ఓ విప్లవ గీతం ఆయనలో ఉద్రేకాన్ని కవిత వెనుక ఐక్యత సహజమైన సున్నిత "ఆత్మను తాను పట్టుకొని మురిసిపోయానని చెప్పుకొన్న ఔన్నత్యం అయినది. ఇంత సున్నిత హృదయం కూడా ఉద్యమాల ఒరవడిలో అగ్నిని కురిపించింది.

"ఓ నిజాము పిశాచమా కానరాడు. నిన్ను బోలిన రాజు మాకెన్నడేని' అని గర్జించిన కంఠం కూడా కృష్ణమాచార్యవారిదే. "అగ్నిధార"కు రాసిన ముందు మాటల్లో "నా జీవితాన్ని నా కాలాన్ని స్మృతికి తెచ్చుకొంటే ఆనంద విషాదాలు, శృంగార వీరాలు అహమిహమికతో కళ్ళ ముందు పరుగెత్తుతాయి. మల్లెలు, మోదుగులు రెండూ నాకు నచ్చినట్లు శృంగార, వీర రసాలు రెండూ నా హృదయాన్ని పొంగిస్తాయి' అంటారు. ఆయన రచనలు చదివిన వారి ఆనందానుభూతి ఇదేననటం అతిశయోక్తి కాదు.

దాశరథ కృష్ణమాచార్యులు వైవిధ్యమైన వస్తువులతో కథలు, నాటికలు, సినిమా పాటలు (1960–78 సంవత్సరాల మధ్య 124 చిత్రాలకు కొన్ని వందలు), కవితలు కాక "మీర్జాగాలిబ్" రచించిన ఊరూ గజల్స్‌ను తెలుగులో "గాలిబ్ గీతాలు" గా వెలువరించారు. కవి హృదయం రసప్లావితం అయిన వేళ ఆయన సృజించిన సాహిత్యం నవసరభరితం. ఉద్యమ నేపథ్యమున్న కవి "భక్తిని కూడా ఆర్ద్రతగా ఆవిష్కరించడం చదువరికి రసానుభూతిని అందిస్తుంది. "నడిరేయి ఏ జాములో" (రంగులరాట్నం) అనే గీతంలో ఓ పేద భక్తురాలి ఆవేదన, ఆర్తి, వేడుకోలు, ప్రశ్నించే తత్త్వం ప్రస్ఫుటింపజేయటం వెనుక దాశరధిగారి "వ్యక్తిత్వం" కూడా దృశ్యమానమవుతుంది. ఆయన సినిమా పాటలను గమనిస్తే 'ఖుషి, ఖుషిగా నవ్వుతూ", " కన్నయ్య నల్లని కన్నయ్యా, "ఒక పూలబాణం", "విన్నవించుకోన చిన్న కోరిక", ఆవేశం రావాలి ఆవేదన కావాలి మంగళగౌరీ మముగన్న తల్లి, "నను పాలింపగనడచి" ఇలా ప్రతీపాట ఓ పూలచెండు పరిమళం. ఓ ప్రశ్నల పరంపర. ఓ శృంగారరసవదటం ఆవిష్కరణలతో మనసున ఓ ఉషోదయపు హాయినందిస్తారు. ఆయన కలంలో "అగ్ని, శృంగారం", ప్రేమ, భక్తి కలగలసిన ఓ మోహనత్వం పాఠకులను ముగ్ధులను చేస్తుంది. 'ఆ చల్లని సముద్ర గర్భం" అనే గీతంలో ఆయన లేవనెత్తిన ప్రశ్నలు దశాబ్దాలు గడచినా...ప్రశ్నలుగానే మిగిలిపోవటం... పాలకుల చేతకానితనమో... పాలితుల "అణగారిన తత్వమో" అర్థం కాదు. "భూస్వాముల దౌర్జన్యాలకు/ ధనవంతుల దుర్మార్గాలకు దగ్ధమైన బతుకులెన్నో". ఇంకోచోట 'అన్నార్తులు అనాధులుండని ఆ నవయుగమదెంతదూరం' అని ప్రశ్నిస్తారు? నిజమే. (నేటికి కూడా) అదెంత దూరమో...?!

"చిన్న చిన్న దేవుళ్ళు చిల్లర మల్లర దేవుళ్ళు చేయిచాపు దేవుళ్ళు / శతకోటి దేవుళ్ళు" ఆయన రచించిన భక్తిగీతంలోని పంక్తులు. కాని వీటి వెనుక కూడా సమాజంలో పవిత్రమైన

కోరికలు లేని భక్తి కన్నా ఓ స్వార్థ పూరిత ఆశతో కూడిన భక్తిని ఆయన పరోక్షంగా ప్రకటించటంలో 'వేదన కనిపిస్తుంది. చివర్లో "మనసా ఎరుగవే ఏడుకొండల వాడిని" అని ముక్తాయింపులో ఓ 'మనస్తత్వ వేత్త చెప్పిన 'సూచిన' కనిపిస్తుంది. నిరాశ పూరిత సమాజంలో ప్రశ్నించే తత్వం పూడుకుపోతే 'జనం' నిస్తేజమవుతారు. వారిని మేలుకొనేల కవిత్వం ఉండాలి. "బానిస ప్రజల రుధిరమ్మును ఉడికించండి/ దేగలతో పిచికలతో పోరాడించండి' అని ఉద్రేక పరుస్తారు (డాక్టర్ ఇక్బాల్ కవిత మూలం) 'ఎప్పటికి మారుతుంది ఈ అస్తవ్యస్త వ్యవస్థ? / ఎన్నాళ్ళు ప్రపంచ ప్రజలకీవస్థ' అని ప్రశ్నిస్తారు? "అసువులు సమర్పిస్తున్నవారు సామాన్యులు/ అసామాన్యులు వారి కోసం అశ్రువులైనా చిందరు' అనే వేదన చెందారు. దశాబ్దాలు గడచినా ప్రభుత్వాలు "రూపు మారింది. 'పాలకుల తరం మారింది. కాని... ప్రజల తలరాతల్లో మార్పు రాలేదు. 'హిట్లర్ ఉన్నానంటున్నాడు. టోజో ఉన్నానంటున్నాడు/ నయా నయా ఫాసిస్టులు భువిలో / నాట్యం చేస్తూ వస్తున్నారు". కాకుంటే ఆకారాలు మారాయి'. దాశరథిగారి వ్యాఖ్యానాలు నిత్యసత్యాలు, ఆయన కవిత్వం అజరామరం.

ఆయన గురించి ఎంతైనా రాయవచ్చు. నిత్య ప్రాతః స్మరణీయుడాయన. "సుకవి జీవించు ప్రజల నాలుకలయందు" అంటారు జాషువా... కాని.. శ్రీ దాశరథి కృష్ణమాచార్యులు సాహితీ ప్రియుల హృదయాల్లో కూడా జీవించే ఉన్నారు.

అంత్యప్రాసల ముద్ర భాగవతుల సదాశివ శంకర శాస్త్రి (ఆరుద్ర)

భాగవతుల సదాశివ శంకర శాస్త్రి, కవి, రచయిత, విమర్శకులు, మానవతావాది, సినీ రచయిత మీకు తెలుసా..? అని ఎవరినైనా అడిగితే.. అటువంటి పేరు గలవారు 'మాకు తెలిసి సినిమా రచయితలలో లేరే..' అనే సమాధానం వస్తుంది. అదే ఆయనను ఆరుద్ర అంటారు., అని చెప్పి చూడండి 'అయ్యో ఆయనని తెలియనిదెవరని,' సమాధానం వస్తుంది. 'ఆరుద్ర' ఆయన 'ముద్ర' త్వమేవాహం (1949) చదివిన శ్రీ శ్రీ 'ఇక మీదట నేను పద్యాలు రాయకపోయినా ఫర్వాలేదు' అని కితాబు ఇచ్చారు. ఆరుద్ర గీతాల్లోని విభిన్నత సమీక్షించలేం. అంత్యప్రాసలను ఆయన అనుసరించినట్లుగా మరెవరు కలం బలంగా చేసుకోలేకపోయారు.

- వేదంలా ఘోషించే గోదావరి...
- వేస్కో కోకో కోల... తీస్కో రమ్మొ సారా..
- మనసే అందాల బృందావనం
- ఎవరేమనుకున్ననూ తోడురాకున్నానూ
- నా వరాల తండ్రీ...
- రాయినైనా కాకపోతిని...
- పాలకడలిపై...

- యమునా తీరమునా..
- చెట్టులెక్కగలవా..
- వినవే బర్రె పిల్లా..

ఇలా ఈ వైవిధ్యతకు లిస్టు రాయడం ప్రారంభిస్తే వ్యాసమంతా వాటికే సరిపోతుంది. 1953లో ఘంటసాల తీసిన 'పరోపకారం' తో ఆయన సినీ ప్రస్థానం ప్రారంభమైంది. ఎన్నెన్నో రసజ్ఞభరితమైన గేయాలతో సంగీతజ్ఞుల హృదయాలను దోచుకున్నారు. అభ్యుదయ కవి శ్రీశ్రీ.. 'ఆరుద్ర 'ఆరో రుద్రుడు' అని మెచ్చుకున్నారు. కానీ ఆరుద్ర పై శ్రీశ్రీ ప్రభావం కన్నా పట్టాభి, నారాయణ బాబు ల ప్రభావమే ఎక్కువ అని అంటారు. శ్రీశ్రీది రుద్ర కంఠం, శంకర శాస్త్రిది ఆరుద్ర కంఠం. శ్రీశ్రీ తర్వాత యువతపై ఆరుద్ర ప్రభావమే ఎక్కువ. నెలకొక డిటెక్టివ్ నవల రాస్తానని సవాల్ విసిరి అలా రాసిన రచయిత ఆరుద్ర. అదే అలవరసలలో సమగ్ర ఆంధ్ర సాహిత్యాన్ని తెలుగులోకానికి అందించిన ది కూడా ఆయనే. 'త్వమేవాహం' తో మొదలైన ఆయన సాహితీ సృజన ప్రస్థానంలో వందలాది గేయాలు, గేయనాటికలు కథలు, నవలలు, పుస్తకాల పై విమర్శలు, సాహిత్య పరిశోధక వ్యాసాలు, వ్యంగ్య వ్యాసాలు, పీఠికలు, ఇవి కాక సినీ గేయాలు. ఇంత సాహితీ నేపథ్యం కలిగిన రచయిత ఆధునిక కవులలో మరొకరు కనిపించరు. సినీ గేయాలు 'జెట్ స్పీడ్లో' రాయగల సమర్థులు. 'కాలాన్ని పట్టి తెచ్చి రాటకేసి కట్టిస్తాను' అని ఒకచోట ఆయనే రాసుకున్నారు. దానిని సాహిత్యంలో చూపించారు కూడా. ఆరుద్ర రచనల్లో ఎందరెందరి గుర్తులో కనిపిస్తాయి. 'రాయినైనా కాకపోతిని...' అనే గేయం విన్నవారందరికీ దేవులపల్లి గుర్తుకు వస్తారు. ఆరుద్ర పాళీ పదును లో అక్షర లాస్యానికి మచ్చుతునకలు ఎన్నో.. 'నీవు ఎక్కడ దలచిన రైలు ఒక జీవితకాలం లేటు' (ఇది ఒక పాట) అని ఆయన అన్నారు కానీ.. ఆయన మాత్రం సాహితీ రైలును ఖచ్చితమైన సమయానికే ఎక్కారు.

ఆరుద్ర 'ఇంటింటి పద్యాలు' రచన ఓ చక్కని సాహితీ కుసుమం. ఇంటిల్లిపాదీ చదువుకోవడానికి 'సహజంగా ఉన్న రచన'. కవిత్వపు ఛాయలున్న ఆధునిక కవితా రూపాలు. ఇంగ్లీషులో అమెరికను కవి ఆర్డెన్ నేష్ ఇలాంటి కవిత్వానికి మార్గదర్శి. నిత్య జీవితంలో నుంచి కుటుంబ జీవితంలో నుంచి పోయెట్రీ ని వడబోశారు. ఎండ్ రైమ్స్ తో అతను చేసినన్ని గమ్మత్తులు ఇంగ్లీషు సాహిత్యంలో మరెవరూ చేయలేదు. రైమ్ కోసం అతడు భాషను సమకూర్చుకున్నాడు (A BIT OF TALCUMIS ALWAYS

WALCUM). తెలుగులో అంత్యప్రాసలతో అడ్డమైన చాకిరి చేయించుకున్నది ఆరుద్ర. కవిత్వాన్ని ఏక కాలంలో అనేక విధాలుగా స్పెషలైజ్ చేసిన కవి.

వర్తమాన కాలంలో కవిత్వం పుంఖానుపుంఖాలుగా వస్తుంది. అక్షరాలు తెలిసి, కలం జేబులో ఉన్న ప్రతి ఒక్కరూ కవి గా మారుతున్నారు. నండూరి వారు అన్నట్టు 'రామకృష్ణుడి తిలకాష్ట మహిష బంధనానికి అనుకరణలు చాలా వస్తున్న రోజులివి.' కవిత్వానికి పట్టిన దౌర్భాగ్యం ఏమిటో గానీ పాఠకులకు దూరంగా జరిగి పోతున్నది. 'ఇది పురోగమనం' అనే వారు కూడా ఉన్నారు. నిజమైన కవిత్వం మనకు తెలుసునని మనకు తెలియని విషయాలను తెలియజేస్తుందంటారు. 'ఆవరణ'నుతొలగించేది కావ్యరసం అంటారు కవిత్వం లోతు తెలిసినవారు. మరి ప్రస్తుత కాలంలో.? కనుకనే ఆరుద్ర 'ఇంటింటి పద్యాలు' చదవాలి.

బాపు 'సంపూర్ణ రామాయణం' సమయంలో కొంతమంది హ్యూమనిస్టు.. కమ్యూనిస్టులు.. కార్టూనిస్టు.. కలసి రామాయణం చేస్తున్నారట.. ఈ కిచిడీ ఎంతకాలం సాగుతుందో.. అని జోకే వారు. ఆ తర్వాత అలా అన్న వారు కూడా ఆ సినిమాను వందల సార్లు చూసిన వారి జాబితాలో ఉండే ఉంటారు. ఎందుకీ సంగతి అంటే.. ఆరుద్రను కమ్యూనిస్టు గా పేర్కొనే వారు ఉన్నారు. కానీ, ఆయన నిజమైన హ్యూమనిస్టు.. హ్యూమరిస్టు.. కార్టునిస్టు.. బాపు రమణ ఆరుద్ర ల త్రయం ఆధ్యాత్మిక గేయ చిత్రాలకు ముఖచిత్రం. 'సాక్షి' నుంచి ఈ ప్రయాణం నిరంతర 'గీత ప్రస్థానం'. 'తూర్పు వెళ్ళే రైలు' 'స్నేహం' 'గోరంత దీపం' 'అందాల రాముడు' 'ముత్యాల ముగ్గు' 'కలియుగ రావణాసురుడు' 'బుద్ధిమంతుడు' 'పెళ్లి పుస్తకం'(శ్రీరస్తూ.. శుభమస్తూ..) ఇలా వీరి ప్రయాణం సుమధుర రాగ పరిమళం. ఆ సుగంధ మాధుర్యం తెలుగు వారి అదృష్టం. తమిళ పాటలకు ఆరుద్ర అందించిన అనువాదం నిజంగా అత్యద్భుతం, 'మురిపించే మువ్వలు' చిత్రం లోని 'నీ లీల పాడెద దేవా' అనే పాటను ఒక్కసారి వినాలి, దీన్ని తమిళం వెర్షన్ 'సింగారవేలనే దేవా' గమనించిన వారికి తెలుస్తుంది ఆరుద్ర సంగీతంలోని రాగాలు మేళవింపుతో సాహిత్యాన్ని జతచేసి మేను మైమరిపింపజేసే కళా విన్యాసం, కలం నాట్యం. ఇలాంటివి ఆయన గీతాల్లో ఎన్నో ఎన్నెన్నో..

ఆరుద్ర గారి గురించి వివరిస్తూ ప్రసిద్ధ రచయిత్రి కె. రామలక్ష్మి గారిని చెప్పుకోకుంటే ఆవకాయ లేని పప్పన్నం లా ఉంటుంది. వీరు ఆదర్శ దంపతులు. సాహిత్య పరిమళాలు అద్దుకున్న దాంపత్యం వారిది. ఆరుద్ర మరణం తర్వాత ఆయన పాటలను సంపుటాలుగా

తీసుకువచ్చి అభిమానులకు విందు చేశారు. ఆయన రాసిన 'శ్రీరామ గానామృతం' ఆడియో ఆ(ఈ) రోజుల్లో వినిపించని రామ మందిరం లేదంటే అతిశయోక్తి కాదేమో. రాముని భక్తి కి తార్కాణం 'సీతా కళ్యాణం' 'సీతారామ కళ్యాణం' 'సంపూర్ణ రామాయణం' తదితర చిత్రాలలో ఆయన రాసిన గీతాలు భక్తిపూర్వక నివేదనగా అభిమానులు భావిస్తారు. ఆగస్టు 31 1925 న జన్మించిన భాగవతుల సదాశివ శంకర శాస్త్రి గారు జూన్ 4 1988 న ఆరుద్ర స్వర్గస్తులయ్యారు..

ఆధునిక కవిత్వంలో ఒక ఫినామినన్ ఆరుద్ర.

మట్టి మనిషి వాసిరెడ్డి సీతాదేవి

సాహిత్యానికి ఎప్పటికప్పుడు నూతన రంగులద్దింది నిజానికి స్త్రీలే. ప్రతి ఆధునిక సమాజ మార్పులను ముందుగానే ఊహించి రచనలు చేసిన రచయిత్రులు కవయిత్రులు ఎందరో... ఎందరెందరో... స్త్రీవాద ఉద్యమమైనా, తొలి కథకు బీజం వేసినా స్త్రీలు తమదే సింహ భాగమని నిరూపించిన సన్నివేశాలు సాహితీ జగత్తులో ఉన్నాయి. నవరసాలను నవలలో మేళవించి జీవితాన్ని 'రచన'కు ఆపాదించిన అద్వితీయ రచయిత్రి డా. వాసిరెడ్డి సీతాదేవి. ఈమె కలం నుండి 40 వరకు నవలలు, 6 కథా సంపుటాలు, మరెన్నో వ్యాసాలు వెలువడ్డాయి. కొన్ని రచనలు చలన చిత్రాలుగా రూపుదిద్దుకున్నాయి కూడా. ఎన్నో సంస్థలు ఆమెకు బిరుదులను, సత్కారాలను అందించి తమని తాము గౌరవించుకున్నాయి. ఉమ్మడి ఆంధ్రప్రదేశ్ తెలుగు సాహిత్య అకాడమీ బహుమతిని 5 సార్లు అందుకున్న గౌరవం వాసిరెడ్డి సీతాదేవిది. ఆమె కలం నుండి జాలువారిన ఎన్నో నవలలు, కథలు కన్నడ, హిందీ, ఆంగ్ల భాషలోకి అనువదించబడ్డాయి.1982వ సంవత్సరంలో నాటి ఆంధ్రప్రదేశ్ ప్రభుత్వం సీతాదేవి రచించిన ' మరీచిక ' అనే నవలను నిషేధించింది. ఈమె బాలభవన్ డైరెక్టర్ గానే కాకుండా మరెన్నో సంస్థలలో ఉన్నత పదవులను నిర్వహించారు. కథలను అగ్రస్థాయి పీఠం పై కూర్చోబెట్టిన ఘనత డా. వాసిరెడ్డి సీతాదేవిది. ' మట్టి మనిషి ' నవల ఈవిడ రచనల్లో తలమానికంగా చెప్పవచ్చు. ఈ నవలను నేషనల్ బుక్ ట్రస్ట్ వారు దేశంలోని 14 భాషలలోకి అనువదింపజేసి ప్రచురించారు.

సీతాదేవి రచనల్లో మనుషులు తమని తాము చూసుకొంటారు. ఇది నాకు నాదేనేమో అని భ్రమపడతారు, ఉలిక్కిపడతారు. ఈ ప్రపంచంలో ఎలా బతకాలి అనే చింతనలో పడతారు. ' మట్టి మనిషి ' సాంబయ్యకు మట్టి తో ఉన్న అనుబంధం, మానవ సంబంధాల కన్నా మట్టి తో ఉన్న అనుబంధం గొప్పది అనుకునే వ్యక్తి. మట్టి నుండి రూపాయలు సంపాదిస్తే తిరిగి దానిని మట్టి (భూమి) కోసమే వినియోగించాలి అనుకునే నిజమైన మట్టి

మనిషి. కాలాలు మారినా, తరాలు గడిచినా, ఎంత ఆధునికత సంతరించుకున్నా పల్లెల్లోని మూల సూత్రాలను, మట్టి వాసనలను తప్పని పల్లెలు మన దేశంలో ఇంకా ఉన్నాయి. గొప్పలకు పోయి ఆస్తిని హారతి కర్పూరంలా కరిగించేసే బలరామయ్యలు, అతని కూతురు గారాబం చేత 'శీలం'ను పట్టించుకోని, విలాసాలకు బానిస గా మారి పెళ్ళాం చెప్పుచేతల్లో కీలుబొమ్మగా - అక్షరం రాని, ఆర్థిక సంపాదన చేతకాని వెంకటపతి, అవకాశవాది కనకయ్యలు సహజం.. పల్లె సమాజ ప్రతిబింబం. ఇవన్నీ ఈ నవలలో కనిపిస్తాయి. రక్తసంబంధం వాసనలతో మట్టి మనుషులకు తెలిసినంతగా ఆధునిక సౌకర్యాలు ఇనుప కచ్చడాలు (అపార్ట్మెంట్స్ లో) బిగుసుకుపోయి మనిషి సహజాతాలను మరిచిపోయిన వెంకటపతి వరూధినిల పుత్రుడు 'రవి' తాత దగ్గర కు చేరుకునే సన్నివేశం 'సాంబయ్య' హృదయావిష్కరణ రచయిత్రి శైలిలో హృదయాన్ని ఆర్ధ్రత చేస్తారు, కనకయ్య రాజకీయాలు, బలరామయ్య భేషజాలు వంటివి ఈ రచనలో నా(నే)టి పల్లె వాతావరణాన్ని బట్టి చూపిస్తుంది. రామనాధ బాబు ని చంపించి, అతను చనిపోయాడు అని తెలిసి, తప్ప తాగి ఆత్మహత్య చేసుకోవాలనుకున్న కర్కశ హృదయ స్త్రీ 'వరూధిని' లోని ప్రేమ కోణాన్ని రచయిత్రి చూపిస్తారు. అసహ్యం కలిగే పాత్రలపై కూడా కరుణ, జాలి కలిగేట్లు చిత్రించే శైలీ విన్యాసం డా. వాసిరెడ్డి సీతాదేవి ప్రత్యేకత.

భూమిని నమ్ముకున్న రైతులు నాడు-నేడు కూడా తమ జీవితమంతా మోసపోతూనే ఉన్నారు. నమ్మకం, విశ్వాసం రెండుచేతులు గా భావించి వ్యవసాయం చేసి కోట్లాది మందికి కూడు పెడుతున్నారు. రైతులు రోడ్డున ధర్నాలు చేస్తుంటే..' నాయకులు' ఏం చేస్తున్నారు అనేది ఓ ప్రశ్న.. వర్తమాన సమాజం చిత్రణ. రైతులు అనే వర్గం మరో పది సంవత్సరాల తర్వాత మాయమైపోతే... భావితరాల బొజ్జల నింపేది ఎవరు? రామనాథం, కనకయ్య వంటి బడా వ్యాపార రాజకీయ వర్గాలా? ఈ ప్రశ్నను మూడు దశాబ్దాల క్రితమే ఆవిష్కరించిన ద్రష్ట- డా. వాసిరెడ్డి సీతాదేవి. సాంబయ్య పాత్రలో మట్టిమనిషి ఆశలు ఆనందాలు, ఆరాటాలు, అనుభవాలు సాంద్రత ఎంతటిదో వివరిస్తారు. 'మట్టి మనిషి' చావు లేని మనిషి. సాంబయ్య ఓ మట్టి మనిషి.

రచన నడిపించే శైలి భాష సన్నివేశాల రూపకల్పన వస్తువు సంభాషణలు వంటివి సమతూకంలో ఉండి రచనకు వన్నె తెస్తాయి. మట్టి వాసనలు కాదు. మట్టి మనుషుల భాషను కూడా ఆమె పట్టుకున్నారు. 'నీ సిగదరగ! ఏందే ఆ పొలికేకలు', 'ఎంతసేపు గూడుతార్రా ఆ గంజీ' 'అదే కామాలి', 'నేను మట్టి కురిపితే ఉలిగడ పద్ద గొడ్డులా బిగిసిపోయి ఉండాడు' పాఠకులకు తెలియని ఎంతో గ్రామీణ ప్రాంత ప్రముఖ చిత్రాన్ని వారికి ఆసక్తి కలిగిస్తూ వినోదాన్ని చూపిస్తూ చేసిన 'మట్టి మనిషి' రచనలను చదివితే ప్రసిద్ధ ఆంగ్ల రచయిత్ర జాన్

ఆస్టిన్ పాత్రల రూపకల్పన గురించి సన్నివేశాల కల్పనను గురించి 'మాసింగ్ హామ్' అనే మాటలు గుర్తుకు వస్తాయి. విభిన్న వస్తువులను వైవిధ్యాలు గా చిత్రీకరించిన 'మట్టిమనిషి'

అంతర్జాతీయ మహిళా దినోత్సవం సందర్భంగా ఆమెను తలచుకోవడమే.. నిజమైన జ్ఞాపకం..

"ప్రకృతి విప్లవ పురోగతిని" చెప్పిన కవి బద్ధం భాస్కరరెడ్డి (చెరబండరాజు)

'మన రచయితల్లో స్తబ్దత" అనే లేఖ 1965 భారతి లో అచ్చయింది. 'చైతన్యరాహిత్యాన్ని' ప్రశ్నించింది. అమెరికాలో 'బీట్ జనరేషన్', ఇంగ్లాండ్లో 'యాంగ్రీ యంగ్మెన్' పశ్చిమబెంగాల్లో, 'హంగ్రీ యంగ్మెన్, మావో చైనాలో యువకులలో సాంస్కృతిక విప్లవం ప్రారంభం వంటివి ఓ "నిశ్శబ్ద విప్లవాన్ని, ముందుకు తెచ్చాయి. 1965 ప్రాంతానికి దేశంలో నిరక్షరాస్యత, నిరుద్యోగం, దారిద్ర్యం, పరాధీనత, కుహనా రాజకీయాలు, మత కలహాలు, సాహిత్య వ్యాపారం, పాలక వర్గానికి బాకా ఊదే కవులు, విశృంఖలమైన సెక్స్ రచనలు మొదలైన సామాజిక అసమానతలు బలం పుంజుకున్నాయి. స్వాతంత్ర్యం సిద్ధించినా మారని ప్రజల దుర్భర జీవనం. శ్రీశ్రీ 1940లో కలలుగన్న "సామ్యవాద స్వర్గం" చిరునామా ఎక్కడో వెతుక్కోవలసని సందర్భం. ఇంకో పక్క కవిత్వంలో "రూపవాదం" ప్రాముఖ్యతను సంతరించుకుంటుంది. సాహిత్యం సమాజంలో సగం. నిరంతరం మార్పులను తనలో కలుపుకోవడం కాదు. వాటిలో తామె కలిసిపోవాలి. ఈ నేపథ్యంలో "దిగంబర కవితోద్యమం' వచ్చింది. విదేశీ ప్రభావం లేదని 'మేము మేముగానే' వస్తున్నామని దిగంబర కవులు ప్రకటించుకున్నారు. తమకంటూ ప్రత్యేకమయిన భాష, భావాలు, వారాలు, సంవత్సరాలు, ఋతువులు వంటి వాటిని నిర్మించుకున్నారు. కొత్త పేర్లతో కవితా రంగంలోకి అడుగుపెట్టారు.

బద్ధం భాస్కరరెడ్డి వారిలో ఒకరు. బహుశా ఈ పేరు చాలా మందికి తెలియదేమో... "చెరబండరాజు" అంటే ఠక్కున గుర్తుకు వస్తారు. 'పదవి కోసం, డబ్బు కోసం దేనికైనా తెగించే నాయకులున్న ఈ 'కుష్టు వ్యవస్థని నాశనం చెయ్యాలి" అనేది వారి ప్రధాన ఎజెండా.

చెరబండరాజు కవిత్వంలో మానవత్వం ఉంది. "ప్రకృతిలోని విప్లవాదాన్ని గమనించిన కవి. తరచి చూస్తే ప్రకృతి యొక్క వికృత రూపానికి మనిషి కారణం కాదా...?" అంటారాయన

అటువంటి వేళ విప్లవగళం వినిపించిందా? "వుడమి తల్లి చల్లని గుండెన / పాయలు పాయలుగా చీల్చుకొని / కాల్వలై ఎవరిదో, ఏ తరం కన్నీరో / గలగలా నుళ్ళు తిరిగి / మెల్లగా పారుతుంది" అంటారాయన ఆయన రాసిన 'వందేమాతరం' గీతం ఓ సంచలనం. భరతమాత దౌర్భగ్యస్థితి ఎంతో వాడిగా, వేడిగా వర్ణిస్తారు. "దుండగులతో వక్క మీద కులుకుతున్న శీలం నీది / అంతర్జాతీయ విపణిలో అంగాంగం తాకట్టుపెట్టిన యవ్వనం నీది అంటూనే 'నోటికందని సస్యశ్యామల సీమవమ్మ" అంటారు. వర్తమానం కూడా ఈ "ఘాటు" వెనుక నిందలు మోయవలసిందే! ఆకలిమంటల ఆర్తనాదాల్ని 'జీవునివేదన'గా వర్ణించే చెరబండరాజు 'సాహిత్యం వేరు రాజకీయం వేరు' అనే కవి కాదు. వర్తమానంలో "రాజకీయ కవులు" వేరుగా ఉన్నారు. వారి "సాహిత్యం" కూడా వేరుగానే ఉంటుంది. "ఏం రాశాను అనే దాని కన్నా ఏం రాయాలి, ఎవరి కోసం రాయాలి" అనే దాని పైనే ఆయన ఆలోచనలు సాగినాయి. 'నన్నెక్కనివ్వండి బోను" అనే కవితతో, కవితాలోకంలోకి ప్రవేశించిన "రాజు అయన. ఆ కవితలో 'మీ బిడ్డలు కృత్రిమ నాగరికత షోలో / మోడల్గా పనికొస్తున్న వాళ్ల భగవంతుడ్ని అసలు నగ్న ప్రియుడంటాను / అంటాను, అంటున్నాను అని నినదించారు.

చెరబండరాజు కవిత్వం, గేయాలు వంటివి ఆయన సాధారణ కవి కాదని "బొట్టు బొట్టు గా తన నెత్తుటిని ఈ నేల తల్లి విముక్తి కోసం విత్తనంగా చల్లిన వాడని చెబుతాయి. ఆయన గేయాలకు ముందుమాట వ్రాసిన రా.వి. శాస్త్రి గారు "చెరబండరాజు గారి కవిత్వం, శ్రీశ్రీ గారు చెప్పిన చోటు నుంచే పుట్టుకొచ్చిందని నాకు స్పష్టంగా తెలుస్తుంది" అంటారు. ఆయన కవిత్వం ఏ వర్గానికి అవసరమో కూడా చెబుతారు. వర్తమానానికి ఆయన కవిత్వం ప్రతిబింబమనే చెప్పాలి.

"వాస్తవ జీవితాన్ని వేలమైళ్ళ దూరంలో విసిరేసిన/విద్యాలయాలు వదలి/జట్లు, జట్లుగా మెట్టు మెట్టుగా యువకులు నడిరోడ్డుకు పరుగెత్తుకు రావాలి" అనటంలో వాస్తవం లేదనగలమా? ఇంకో చోట "ఉపన్యాసాలలో/సానుభూతి కరుణలు/మానవత్వవు విలువలు/ సొల్లు క్రింద కారుస్తున్నారని" వేదన పడతారు. నిజమే కదా.... నేటి నాయకుల మాటలకు, చేతలకు, ఆచరణకు మధ్యనున్న "స్వార్థపరతి" పై వాక్యాలు అద్దం పడతాయి. ఎవరు మార్చాలి? అనే ప్రశ్నకు జవాబుగా 'యవకులు' అని చెబుతూ "తరం మనది / బరువు మనది/బాధ్యత మనది/భావి మనది అంటారు. 'చిలుం నాకి బజ్జోకండిని హెచ్చరికలు చేస్తారు. 'జగద్గురువు'లుగా చలామణి అవుతున్న ఎంతో మందిని ఉద్దేశిస్తూ "ఆధ్యాత్మిక చింత పేర/నవీన పతివ్రతల్ని పావనం చెయ్యందే వదలరు" నమ్మకు ఈ మతాల

సుఖరోగుల్ని' అని కూడా కోపమవుతారు. "తెలుసు... తెలుసు.. నా తరానికి / మాట తప్పని యువతరానికి" అనే చెరబండరాజు కవిత్వంలో తీవ్రత వెనుక ఓ దిగంబర సమాజ వాస్తవాలను విప్పి చెప్పే" వేదన కనిపిస్తుంది. ప్రకృతిలోని విప్లవాదాన్ని సహితం ప్రజల సమక్షంలోకి తెచ్చిన కవి చెరబండరాజు. దిగంబర కవులలో 'ఆయన అసాధ్యుడు'. ఈ మహత్తరమైన సంఘం పరిణామం సాధ్యం వెనుక "సర్వతో ముఖమైన మానవీయలోక దర్శనం అవసరం కాదా? ఈయన కవిత్వం సత్యాన్ని సమగ్రంగా ఆవిష్కరించలేదని అనగలమా? ఆయన కవిత్వం 'కాగితాలపైన అక్షరాలు" కాదు. పోరాట పతాకాలు. వర్తమాన సామాజిక పరిస్థితుల్ని నిర్మొహమాటంగా, నిర్ద్వందంగాగా చిత్రించి, ప్రజల త్యాగాన్ని కీర్తించి, భవిష్యత్ మార్గాన్ని నిర్దేశించడమే ఏ కవి, రచయిత అయినా చెయ్యాలి. అలా చేసిన కవి "చెరబండరాజు".

చెరబండరాజుగా కీర్తినొందిన బద్దం భాస్కర రెడ్డి 03.01.1944 అంకుషాపూర్లో జన్మించి జూలై 2, 1982 లో మరణించారు. హైదరాబాద్లో ఉపాధ్యాయుడిగా పని చేసాడు. ఆలోచన, అక్షరం, ఆచరణల ఐక్యతారూపం 'బద్దం". ప్రపంచ పురోగతి శ్రమజీవి నెత్తుటి బొట్టులోనే ఇమిడి ఉందని నమ్మిన చెరబండరాజుకు శ్రీశ్రీ తన మహాప్రస్థానాన్ని అంకితమిచ్చాడు. "పోరాటం డైరక్షన్/ పాట నాకు ఆక్సజన్ అని కలవరించటం, పలవరించటం తెలిసినవాడు. కవితలు, నవలలు, కథలు, గేయాలు అన్ని ప్రక్రియల్లో తను నమ్మిన సిద్ధాంతాలను మాత్రమే "అక్షరాలుగా అగ్ని కురిపించిన చెరబండరాజు.

"ఏ రోజైనా ప్రజా పోరాటాల విజయాల్ని రచించకపోతే ఆరోజు జీవించినట్టుండదు" తెలుగు సాహిత్య చరిత్రలో తనకంటూ కొన్ని పేజీలను లిఖించుకొన్నారు. ఆయనో మానవతావాది.....

"నీ ఆశయం సూర్యుణ్ణి మాత్రం పిడికిట్లోంచి జారవిడువకు ప్రాణాన్ని పణం పెట్టయినా జగతికి మానవతా బిక్షపెట్టు..." సాహో.... చెరబండరాజు.

విషాదాంత తిరుగుబాటు చరిత్ర సావిత్రి

"వేదనను గుండెలో దాచుకొని
ఇకనైనా పొందుమా వినువీధి విశ్రాంతి"

మహానటి సావిత్రికి నివాళీగా కవయిత్రి ' సావిత్రి ' రాసిన కవితలోని తొలి... చివరి పాదాలివి. ఇవి ' సావిత్రి ' జీవితానికి కూడా సరిగ్గా సరిపోతాయి. ఆమె జీవితం పూలపాన్పు కాదు మరణాన్ని కూడా 'విజయం'గానే భావించిన ధీర. ప్రతీ అక్షరంలో తన గుండెల్లోని అగ్ని ధారలను కురిపించినది. అమ్మ ఆమెకు మార్గదర్శి, జీవితం ప్రారంభం నుంచి ఆమె బొమ్మ మాదిరిగా మారిన విధానంలో సామాజిక దుర్మార్గం " చిన్న నాటి సావిత్రిని ఆలోచనల్లో పడేసింది. ' ఐదో ఏడు వచ్చే సరికి అక్షరాలన్నీ నేర్పేసి అది మొదలు అనుదినం నా నుంచి సుఖము, శాంతి కోరుకున్న నా కన్నతల్లి నా తొలి గురువే కాదు తొలి నేస్తం, తొలి భ్రాత, తొలి గ్రంథం, తొలి పాట, తొలి బొమ్మ కూడా అమ్మే నాక'ని తన తల్లితో తనకున్న గాఢానుబంధం గురించి రాసుకున్న సావిత్రి తన ఇద్దరు ఆడపిల్లలను (అపర్ణ, శిరీష) అలానే పెంచి పెద్ద చేసి వారిని ఉన్నత స్థానాల్లో నిలిపారు. విజేతగా నిలిచారు. ' సావిత్రి ఆసుపత్రిలో ఉన్న సమయంలో ఆ ఇద్దరు పిల్లలు ఆమెకు ఇద్దరు 'అమ్మ'ల్లా సాకిన సందర్భం ఈమె రాత'ల్లోనే చూడవచ్చు (ఆదభ్యుకృష్ణ కథనం) ' నువ్వు నాకు నచ్చలేదు కాబట్టి నేను వివాహం చేసుకున్నాను " అనే భావ సమాధానం అతని తిరస్కారం అందరి స్త్రీలలానే భరిస్తూనే ఇద్దరి పిల్లల తల్లి అయిన సావిత్రి ' సాహితీ సాయుధ పోరాటానికి " ఒంటరిగానే సమాజంలోకి వచ్చారు. తన ఇద్దరి పిల్లలతో రంగనాయకమ్మ గారి తోడు... ' సాహితీ వేదిక ' సభ్యత్వం ' సమాచారమ్ ' డెక్కన్ క్రానికల్ ' లలో ఉద్యోగం వంటివి ఓ అలంబన. ఆమె ఆలోచనల '

పదును 'కల వేదికలుగా మారాయి 'ఇండియన్ బ్యాంకు లో పని చేసే 'సోమయాజులు 'గారి సోదరతత్వం ఆమెకు ఆసరా.

కుటుంబ జీవితంలో స్వేచ్ఛారాహిత్యం, అణచివేత పెరుగుతున్న కొద్దీ తనకి తెలియకుండానే ఆమెలో చైతన్యం, వ్యక్తిత్వం అభివృద్ధిపథంగా దూసుకుపోసాగాయి. దొరికిన పుస్తకమల్లా చదివారు. రాసేవారు. ధీమాగా ఆమె సాహిత్యంలో ఎక్కువ భాగం ' స్త్రీవాదం'కు పెద్దపీట వేసారు. వ్యవస్థలలోని భావజాలం ' స్త్రీలపై ప్రదర్శిస్తున్న బలం'ను వ్యతిరేకించారు. సమస్యలను ఎత్తిచూపటమే కాకుండా.. పరిష్కారం దిశగా కూడా తన రచనల దృష్టికోణంను సారించారు. మార్క్సిజాన్ని విశ్వసించే వారంతా కనీసం తమ వ్యక్తిగత కుటుంబ పరిధిలోనైనా మార్క్సిస్టు చైతన్యంతో వ్యవహరించాలని కోరారు. సావిత్రి గారి కవితల్లో మొదటిగా గుర్తుకు వచ్చేది ' బందిపోట్లు (1984) ఈ కవిత ఆమెకు ప్రఖ్యాతిని తీసుకువచ్చింది. ఈ కవిత తరువాతనే స్త్రీ విముక్తివాద కవిత్వం 'వేగవంతమయిందని ' అనేవారు ఉన్నారు. సావిత్రిని తెలుగులో ' తొలి విముక్తివాద కవయిత్రి'గా గుర్తిస్తారు. చేకూరి రామారావు గారు ఈ కవితని చేరాతల్లో సమీక్ష చేసి ప్రాచుర్యం కల్పించారు.

సార్వత్రిక విశ్వవిద్యాలయం సిలబస్ లో పాఠ్యాంశంగా కూడా చేర్చారు. 11 లైన్ల ఈ కవిత దశాబ్దాల నాటి "పీడన" ను చెబుతుంది. పాఠం ఒప్పచెప్పకపోతే నీ పెళ్ళి చేస్తాననే బెదిరింపు, సెలవివ్వని ఆఫీసర్ బాధ, " పెళ్ళంటే ' పెద్ద శిక్షనే వ్యాఖ్యానాలు వెరసి ' బందిపోట్లు ' చివరి పాదాల్లో ' మేం పాలిచ్చి పెంచిన జనంలో సగమే / మమ్మల్ని విభజించి పాలిస్తోందని మాటలు వెనుక ఓ జీవిత కాల విషాదం ' గుర్తు దృశ్యరూపమవుతుంది.

గుండెల్లో కలుక్కుమంటుంది. స్త్రీలను ' భార్యలుగా మార్చుకొని... ఆధిపత్య ధోరణిలో ' పడి ఉండమని ' నీతులు, శాస్త్రాలు వల్లించేవారు ఉన్న సమాజంలో గోడలు కూల్చకపోతే' స్వేచ్ఛను సాధించలేమని చెబుతూనే ఆచరణలో కవితలో " నీ పని నీవు చేస్తున్నావని నీతులు వల్లించకండి|పుణ్యమూ మోక్షము వచ్చిపడతాయని /పన్ను చెల్లించకండి నిక్కమైన అర్థమేదో తేలిపోయింది | కర్తవ్యపు కాగడా కళ్ళు నులుముకు చూడమంది / గాఢమైన ఆశయం | గోడల్ని కూల్చమంది'. అని నినదిస్తారు. ప్రేమ, అనుబంధం, అవకాశాలు, సంస్కృతీ, ప్రగతి అనే పదాలతో స్త్రీలకు ' బంధం తో బంధనాలు వేయటంను తిరస్కరిస్తారు... చేవలేనితనం, చేతకానితనాలపై పదాలతో జోకొట్టడం ఆమెలో ఆగ్రహం కలిగిస్తాయి. "తప్పదు అనాది కాలం నుంచి స్త్రీలకు 'అండ పురుషుడే' అని నొక్కి చెబుతూ ప్రతీ దశలోనూ ' శారీరక ఎదుగుదలను ' తప్పా మానసిక ఎదుగుదలకు " నీవు ఆడదానివి అనే శబ్దజాలంతో నోరు నొక్కేసి పురుషాధిక్య ప్రపంచంలో " మీరు చెక్కె అక్షరాల్లోని / విలన్లు మీరే అయినా / మీరు మా అశృవులన్నీ | దోచేసుకొనే దళారులైనా | 'యింకా యింకా నమ్మాలి మేము / అంటూ తన ఆవేదనను ' నిప్పులు ' గా మార్చుతూ చివరకు ' విమెన్స్ లిబర్టీ కూడా మగాళ్ళ

ప్రసాదమేనని / ఒప్పేసుకుంటే సరి! / గొంతుకోసేసి గొల్లుమనడం యిదే మరి ' అని ఈసడిస్తారు ' అవును మరి " కవితలో ' సామాజిక స్పృహ అనే పదంలోని డొల్లతనం గత వర్తమానాలలో ఏ రంగంలో చూసినా స్పష్టంగా కనిపిస్తుంది. స్త్రీ స్వేచ్ఛా, సమానత్వం వంటివి కంటితుడుపు మాటలుగా మిగిలిన వైనం కళ్ళకు కట్టినట్లుగా ఉంది. ఈ నేపథ్యంలో 'అంతా నీకోసమే ' అనే కవితలో "అర్ధాంతరంగా చదువులు మాన్పించడానికి / అరచేతులు వాచేలా అక్షరాలు దిద్దిస్తాం... ఆరళ్ళు పెట్టే మొగుడికో, అధికార మదాంధుడికో | అప్పగించడానికే అపురూపంగా పెంచుతాం | చక్కనైన మాటలతో ' సామాజిక స్పృహ నేర్పుతాం" అంటూ చివరకు 'యిజాలను' కుట్రలో యిరికించి, నిజాలను / నిలువునా నిషేధించడానికే / సత్య హరిశ్చంద్రుని అత్యాచారాలను కూడా / ఆదర్శం చేసేస్తాం '. మనుస్మృతి (9-11) ప్రకారం 'అర్ధన్య సంగ్రహే.... అనే శ్లోకం ప్రకారం "స్త్రీలను కాపాడుట ఎవరితరమూ కాదు. అందుకే వారిని ధనమును కాపాడుటయందు, వ్యయపరుచుట యందు, భర్తకు సేవలు చేయుట యందు, వంట, గృహాలంకరణ యందు నియమించాలి. కనుక వివాహం అవసరం సమాజంలో ఏర్పడింది. వివాహం చేసుకొని స్త్రీలను నిత్యం వేధింపులకు గురి చేస్తుంది భార్యగా ఉండాలని నీతులను వివిధ మతాల గ్రంధాలు ఘోషిస్తున్నాయి. గృహిణి'లో " గొప్పతనంను స్వయంగా చవిచూసిన ' సావిత్రి "ఉపాధి లేదు, జీతం రాదు | సెలవులు లేవు, సేదతీర్చే నెలవేలేదు | డ్యూటీలున్నాయ్! పోటీలున్నాయ్" అంటూనే చివరకు 'భాషేరాని బదుద్దాయిలుంటారు / భారమెంత వహిస్తున్నాననే భార్యనని ఆవేశం కనపరుస్తారు. నిత్య సత్యాలకు, ఆవేశం రంగరించి అక్షరాలను పదునైనా ఆయుధంగా మలచిన కవయిత్రి ' సావిత్రి '. వివాహానంతరం స్త్రీ పురుషుల మధ్య క్రమేపి కనిపించని 'దూరం'ను ఎంతో మంది భార్యభర్తలకు అనుభవంలోకి వస్తుంది. ఎందుకిలా ' అని వారు ప్రశ్నించుకోరు. పిల్లలు ' బాధ్యతలు అనే ' సర్కిల్ "లోకి వెళ్ళిపోయి అదే 'కంఫర్టబుల్ జోన్ " గా నిర్ణయించుకుంటారు. కాని ఈ దూరం స్త్రీలకు మానసిక వేదనను మిగుల్చుతుంది. 'వర్కింగ్ వుమెన్ ' అయినా ఈ 'దూరం' ఒక రకమైన మానసిక అస్థిత్వాన్ని కలిగిస్తుంది. క్రమేపి భార్యభర్తలు ' ఒకే చూరు క్రింద రెండు మెదళ్ళుగా మాత్రమే మిగిలిపోతారు.

నిర్లిప్తంగా... నిస్తేజంగా జీవనయానం కొనసాగిస్తూ... తన 'దూరం'లో "కోరింది | పిడికెడు మెతుకులు / చిటికెడు గాలి / గుక్కెడు నీళ్ళు / చిన్నపాటి పలకరింపు | కనీసం నిశ్శబ్దం / దక్కింది / హోరుగాలి / వికారపు విందులా / దుర్గంధ జలపాతాలు" 'అని నిరాశకు లోనవుతూనే అలక్ష్యాలు, అనవసర జోక్యాలు, అవహేళనలుతో ఓ 'హత్య ' (మానసికంగా) అంటూ వాస్తవ దృశ్యం అక్షరబద్ధం చేసారు. స్త్రీ ' అనే కాదు వర్తమానంలో ప్రతీ ఒక్కరికి 'పరాధీనత ' అనేది ఓ 'సుఖమైన తీర్పు '. ఎవరికో ఒకరికి అప్పగించేసి చేతులు

కడిగేసుకుందామనే ధోరణి క్రమేపి పెరిగిపోయింది. ఆడపిల్ల పెళ్ళిని ఓ ' బాధ్యతగా' కాక బరువు గా భావించే తల్లిదండ్రులు ఈ ఇరవై ఒకటవ శతాబ్దంలో కూడా కనిపిస్తారు. ఓట్లు కొనుక్కొనే నాయకులు చేతిలోకి 'ఓటర్లు' వెళ్ళిపోవటం వాస్తవ దృశ్యం. వారు ఎలా ఆడితే అలా ఆడవలసిందే! తన పరాధీనత లో " సావిత్రి ' గారు ఈ విషయాన్నే తనదైన శైలిలో చెబుతారు. “అమ్మాయినే అయ్య చేతిలో పెట్టా | ఆరు నెలల్లో బూడిదైపోయింది” అని చెబుతూ “రాష్ట్రానో అయ్య చేతిలో పెట్టాం |అవిశ్వాస తీర్మానాలు / అసమ్మతి రోదనలు / అర్థాంతఎన్నికలు / దేశాన్ని అయ్య చేతిలో పెట్టాం| యెంచక్కా తాకట్టు పెట్టేశాడు” ఇదీ ఆమె ఆవేదన. ఈ కవిత వర్తమానంలో వాస్తవంగా కనిపించటం లేదా? కాలం మారింది. వ్యవస్థలు మారాయి. ప్రజాస్వామ్యంలో స్వేచ్ఛగా ఓట్లు వేస్తున్నాం. మా అమ్మాయి మా ఇష్టం... అనే వ్యాఖ్యానాల్లోని డొల్లతనం ' మనల్ని ' వెక్కిరిస్తుంది. కానీ.... ఆలోచించేది ఎవరు? అమెరికా సంబంధాలు.... రంగు రంగుల మేను... వీటిని ఇంకా 'రంగుల్లో చూపించే కంప్యూటర్ గ్రాఫిక్స్. ఇదే జీవిత పరమార్థం అనుకొనే ' ఆశా మూర్తులకు ‘వాస్తవం ‘రంగు వెలసి కనిపిస్తుంది. ఏం చేస్తారు.... సర్దుకుపోతారు... కాని,,, ఎన్నాళ్ళు ఇలా! " “కర్మభూమిలో తండ్రంటే తిట్టేవాడు కాదా / మొగుడంటే కొట్టేవాడు కూడా! ఆడదన్నాక అణచివేత వుండదా! ' అని ప్రశ్నిస్తూనే ' మనమంటే అనుమానాలు బాధలు వుండవా ' మరి అటువంటి సమయంలో అణచివేత అన్నాక తిరుగుబాటు వుండదా ' అనే శబ్ద చిత్రాన్ని ' ఓ మెరుపులా చెబుతారు ' సావిత్రి '.' కాలంలో కదులు ' కవితలో “ఆడది కోరుకొనే వరాలు రెండున్నాడు / సహనం నీ సహజగుణమన్నాడు / సాధ్వివన్నాడు, నారివన్నాడు | మాతృమూర్తివన్నాడు. మట్టిగడ్డవన్నాడు. యింత ఆలస్యంగా లేచి| యీ జూలు దులిపితే | అదిరిపడ్డాడు, జీర్ణించుకోలేకపోయాడు. చివర్లో నన్ను నేను తెలుసుకున్నాక - యిక / ఆయ్ కాంట్ హెల్ప్ యూ” అని ముక్తాయిస్తారు. స్త్రీ తిరుగుబాటు చేస్తే భరించగలిగిన శక్తి దేవుళ్ళకే లేకపోయింది మరి.

సావిత్రి గారు రాసిన కవితల్లో కొన్ని ఇవి. జాబితా పెద్దదే ఉంది. వాస్తవ జీవితానికి సాధ్యమయినంత వరకు స్త్రీ తనను తాను సిద్ధం చేసుకుంటుంది. అయినా ప్రేమను నాశనం చేసి, జీవితాన్ని చిద్రం చేసి, కలలను కాల్చేస్తే, భరించలేని వేదనకు గురి చేస్తే... ఆమె చేతులెత్తితే......!? సావిత్రి జీవితంలో జరిగింది ఇదే. ఈ ఆలోచన ఆమెకు ఓ క్రొత్త మార్గం చూపించింది. ఒంట్లో అనారోగ్యం ఉన్నా ఆమె మెదడులో చురుకుతనం తగ్గలేదు. ఓల్గా చెప్పినట్టు 'పంచాది నిర్మల వారసురాల్ని 'నేనని కలమెత్తి గర్జించిన కంఠం సావిత్రి:

‘ఫెమినిజం ' అనేది 17 వ శతాబ్దంలో వాడబడింది. ' అని హబ్బిన్సన్ " అనే ప్రముఖ మహిళామణులు స్త్రీల కోసం మత విషయకంగా సంస్కరణలు తీసుకురావటానికి కృషి చేసారు.

స్త్రీ విముక్తి వాదం ప్రపంచవ్యాప్తంగా తొలుత ఫ్రెంచి విప్లవ నినాదాల్లోంచి పుట్టినవని కొందరి అభిప్రాయంగా సాహిత్యంలో మరెన్నో క్రొత్త పోకడలను సృష్టించుకుంది.

స్త్రీవాద సాహిత్యం స్తబ్ధతగా లేదు. విస్తృతమౌతున్నది. వర్తమానంలో స్త్రీ చుట్టూ అనేకమైన రంగాలు ఏర్పరుచుకున్నాయి. కుటుంబం, ఉద్యోగం, వ్యక్తిగతం, మాతృత్వం ఇవేకాక వ్యవసాయ, సాంకేతిక, సామాజిక, రాజకీయ, ఆర్థిక రంగాల్లోనూ ఆమె ముందుకు వెళుతున్నది. ఆయా రంగాల్లో స్త్రీ వాదం విస్తృతమౌతున్నాదంటారు ఓల్గా గారు. నిజమే 1972 నుంచి 1992 వరకు వచ్చిన స్త్రీ వాద కవితలను 1993 లో ' నీలి మేఘాలు ' అనే సంకలనంగా ఆమె తీసుకువచ్చారు. ఈ ఐదు దశాబ్దాల కాంలో స్త్రీ ఎన్నెన్నో రంగాల్లో తన స్థానాన్ని విస్తృత పరుచుకుంటూ వచ్చింది. వాటిని చైతన్యవంతం చేస్తున్నది. ఆ ప్రభావం ప్రస్తుతం కనిపిస్తున్నది. సావిత్రి వంటి వారు ప్రారంభించిన 'స్త్రీవాద కవిత్వం పురుషద్వేషులు స్త్రీ కారని చెబుతుంది. తమ వ్యక్తిత్వం, అస్తిత్వాలకు ఓ స్వేచ్ఛను కోరుతుంది.... అలా కాకుంటే 'నల్లని చల్లని రాత్రి గచ్చు మీద తొలి కిరణం తలరాయి ముల్లయి గుచ్చుతుంది '. (ఘంటశాల నిర్మల – ' జుగల్ బందీ ')

అతని 'పునర్జన్మ'-అతని కవిత్వమే అలిశెట్టి ప్రభాకర్

కవిత్వం ఓ సామాజిక దర్పణమని, సామాజిక మార్పులను, నినాదాల రూపంలో కాకుండా జీవిత, ఆర్థిక, రాజకీయ, పారమార్థిక కోణాల్లో దర్శించి ఆవిష్కరించాలని నమ్మిన, ఆచరించిన కవి అలిశెట్టి ప్రభాకర్.

ప్రభాకర్ జన్మస్థలం కరీంనగర్ దగ్గర జగిత్యాల, ఆర్టిస్టుగా జీవన ప్రస్థానం ప్రారంభించి 'సాహితీమిత్ర దీప్తి 'పరిచయంతో కవిత్వంలోకి ప్రవేశించాడు.

1974లో ఆంధ్ర సచిత్రవార పత్రికలో "పరిష్కారం 'అచ్చయిన మొదటి కవిత జీవిక కోసం 'స్టూడియో పూర్ణిమ " (1976) " స్టూడియో శిల్పి (1979) "స్టూడియో చిత్రలేఖ " (1983) ఏర్పాటు చేసుకున్నా, 'కవి'గా ఎదిగాడు. సంపాదన కోసం ఆరాటపడని నిరంతర కవితా శ్రామిక జీవి. కళ ప్రజల కోసమేనని మరణం వరకు నమ్మిన కవి. "మరణం నా చివరి చరణం కాదని రాసుకొన్న ఏకైక ఆధునిక కవి. ఎర్ర పావురాలు, మంటల జెండాలు, చురకలు 'రక్త రేఖ' 'ఎన్నికల ఎండమావి' 'సంక్షోభ గీతం' వంటివి అచ్చయిన అలిశెట్టి కవితా సంకలనాలు. 2013 లో అలిశెట్టి మిత్రులు ' అలిశెట్టి ప్రభాకర్ కవితను ఓ సంపూర్ణ గ్రంథంగా తీసుకువచ్చి ఎందరో అభిమానులకు షడ్రసోపేత కవిత్వపు విందు ఏర్పాటు చేసారు. వారు అభినందనీయులు, నిజమైన మిత్రులు.

జయధీర తిరుమలరావు గారన్నట్టు 'శ్రీశ్రీ తరువాత అంత ఎక్కువగా 'కోట్ "అయిన కవిత్వం ప్రభాకర్ ది. వర్తమానంలో కూడా కవిత్వానికి 'కాయినేజ్ పెంచిన కవి. "కవిత్వంలో సంక్షిప్తత, వస్తువులో జీవిత విస్తృత, సమాజపు లోతుల్ని స్పృశియించిన కవి. సమాజ మార్పులను ఆశిస్తూ.... పేదరికానికి బలైన కవి. క్షయ అతన్ని తినేసింది. జీవన అలుపెరుగని

పోరాట యోధుడు, కవిత్వంలో కలం ఎర్ర జెండా ఎత్తిన నిజమైన కమ్యూనిస్టు, వర్తమానంలో కూడా అతని కవిత్వానికి రెలవెన్స్ ' పెరుగుతోంది.

అతను చూసిన సమాజం..... అతను అనుభవించిన 'సమాజం' దాదాపుగా ఒక్కటే. నమ్మినవారు మోసగించినా, 'తనవారికి ఏమి మిగల్చకుండా పోతున్నా....' కవిత్వం కోసం, తను నమ్మిన ఇజాలు – నిజాలు కోసం చివరి వరకు ఒంటరి పోరాటం చేసిన 'కలం యోధ' అలిశెట్టి ప్రభాకర్ 'భారమవుతున్న ఉచ్ఛ్వాస నిశ్వాసం మధ్యే/ మృత్యువును పరిహసించేందుకు ఒకింత/ సాహసం కావాలి అని తెలిసిన నిరంతర సాహసి. పదమూడేళ్ళ 'కవిత్వ ప్రాయం'లో ప్రపంచ గతిని, సమాజ రీతిని సమదృష్టితో తెగడి, పొగడి, హెచ్చరించిన కవి ప్రభాకర్, ఏముంది అతని కవిత్వంలో అని ప్రశ్నించుకొంటే "ఏమి లేదు అతని కవిత్వం " అనే జవాబు మరో ప్రశ్న తూటాలా దూసుకువస్తుంది.

సరళంగా, శ్లేష, ధ్వనిలతో తట్టి లేసిన కవిత్వం అతనిది. 'జాలీ'గా అక్షరాలతో, కాగితాలతో కరాబు చేసే కాలక్షేపపు కవి కాదు అతను..... ఎర్రని నిప్పు వంటి అక్షర కణాలను అంతే ' ఎర్ర ' గా పాఠకుల హృదయాల్లోకి ఎక్కించిన కవి. ' వందసార్లు ' / దేవుడి దర్శనం / చేసుకొనే బదులు / ఒక్క మారు / గారడి ప్రదర్శన చూడు | అక్కడి వృధా మొక్కుల కంటే, ఇక్కడి ఒక్క ట్రిక్కనా!

నీ మొదట్లో కెక్కవచ్చు'నని ధైర్యంగా బ్రతుకు నాటకానికి మొక్కులు కన్నా ట్రిక్కులు "ఎక్కువ అవసరమని చెబుతాడు. ' వేశ్య ' జీవితాన్ని అలిశెట్టి చెప్పినట్టుగా ఇంకెవ్వరూ చెప్పలేక పోయారనిపిస్తుంది. ఆరు లైన్ల కవిత... త్యాగం... మోసం... దగా... నటన వంటి వాటిని విపులంగానే తెలుసుకొనేటట్లు చేస్తాడు. "తను శవమై / ఒకరికి వశమై / తనువు పుండై / ఒకరికి పండై / ఎప్పుడూ ఎడారై..... | ఎందరికో ఒయాసిసై......." దోపిడికి గురయిన వేశ్య'లోని వివిధ కోణాలను ఆవిష్కరించిన తీరును వర్ణించలేం.. గంభీరమైన భాషాపటాటోపం, అర్థంకాని శైలి విన్యాసం, నటన – ముసుగులతో అవార్డుల కోసం అందమైన అక్షరాల అల్లికలతో కవిత్వం రాసే వారి జాతికి చెందిన కవి కాదు...... అతను 'ప్రభాకరుడు ' మండే భాస్కరుడు. నోటు ముక్క మందుల కోసం "ఓటు' అమ్ముకోవద్దని మూడు దశాబ్దాల క్రితమే "జాగ్రత్త / ప్రతీ ఓటూ / ఒక నీ పచ్చి నెత్తురు మాంసం ముద్ద / చూస్తూ చూస్తూ వేయకు ఏదో ఓ గద్దకి / అది కేవలం / కాగితం మీద గుర్తు కాదు......" సోమరులను తయారు చేస్తున్న వర్తమాన రాజకీయ పార్టీల ప్రలోభాల్లో పడి ఓటును 'వేల'కు 'వేలం " వేస్తున్న వర్తమాన ఎన్నికల సరళిని ' అలిశెట్టి ' చూసి ఉంటే ఎలా స్పందిచేవాడో. కవిత్వంలో మెరుపులు 'కవి 'జీవితంలో లేవు. ఇదో విషాదం. అయినా 'ఆయన' విషాదమనుకోలేదు ఏదో చేయాలని వచ్చాడనిపిస్తుంది.... చేసింది చాలని వేగంగా వెళ్ళిపోయాడని కళ్ళలోని చెమ్మ చెబుతుంది. ఎంతో పని చేసేవాడు.... రోజులు గడిచాయి...

కడుపు నిండలేదు. 'విద్య 'తక్కువయినా విశాల ప్రపంచంలో చీకటి, వెలుగు, దగా మోసం, స్నేహం, ప్రేమ వంటి వాటిని ఎక్కువగానే చూసిన కవి. దొరికిన 'చెత్త కాగితాలపైన కూడా కవిత్వం రాసినా... 'చెత్త' కవిత్వం మాత్రం రాయలేదు. నిఖార్సయిన నిజాలను ' నిప్పు ' లా రాసాడు. ఎందరికో శత్రువయ్యాడు. జయంతి, వర్ధంతి ఒకే రోజు (12-1-1954 - 12-1-1993) కావటం కూడా ఓ విషాదం......

అతని కవిత్వం గురించి ఎంత చెప్పినా తక్కువే... ఒక్కొక్క కవిత (నిడివి తక్కువయినా) ఒక్కొక్క కావ్యం అనిపిస్తాయి.... చదివిస్తాయి.... మెదడకు పని కల్పిస్తాయి.... సమాజాన్ని ఛీత్కరించుకొనేలా చేస్తాయి.... కాని.... మార్చమని హెచ్చరిస్తాయి.

అతనొక మనిషి

అతనొక కవి

అతనొక కవిత్వ మాంత్రికుడు

అలిశెట్టి పునర్జన్మ

....

అలిశెట్టి కవిత్వమే....

మానవతావాది గురజాడ

తెలుగులో నవ్యరీతులకు నూతన ప్రమాణాలకు ప్రయత్నించిన మొదటి కవిని నేనే. నా కావ్య కళా నవీనం. కావ్య ఇతివృత్తాలు భారతీయం. కవితలో నేను ఉత్తమ ప్రయోజనాలను ఉపలక్షించాను. జీవితాన్ని నూతన దృక్పధంతో దర్శించి కథా కవితా రూపంలో దాని తత్వాన్ని అన్వయించడానికి ప్రయత్నించాను' అని తానే స్వయంగా ఆదిభట్ల నారాయణదాసు గారు రాసిన (1909) ఉత్తరంలో చెప్పుకున్నారు. గురజాడ అప్పారావుగారు 'భోగం పిల్లలో' కూడా మానవత్వాన్ని చూడగలిగిన 'రచయిత'.

గురజాడ రచనలు నిత్యనూతనాలు, వాటికి 'అక్షరం' శాశ్వతత్వం కల్పించాయి. అక్షరం వెనుక అనన్యమైన మానవతా విలువలు, రాజకీయ, సామాజిక, ఆర్థిక సంస్కరణల సంస్కర్త హృదయం కనిపిస్తుంది. వర్తమాన సమాజం ' వస్తువుల'కు ఇస్తున్న ప్రాధాన్యత వ్యక్తులకు ఇవ్వటం లేదు. 'దేశమంటే మనుషులోయ్' అనే వ్యాఖ్యానానికి విపరీతార్థాలు వ్యవస్థ'కు అలవాటయిపోయింది. "మంచితనం మనిషితనం మానవత్వపు విలువలు మానవతావాదం" అనేవి నిఘంటువుల్లో శబ్దాలుగా మిగిలిపోతున్న వర్తమానంలో గురజాడ రచనలను పరిచయం చేయవలసిన అవసరం ఎంతైనా ఉంది. కవి కాలం కన్నా ముందుంటాడు. రవి కాంచనది కవి చూస్తాడు. ఈనాటి సమాజ స్థితిలో మంచి, సత్యం, ధర్మం, నీతి వంటి విలువలుకు అర్థాలు వెతుక్కోవలసిన స్థితి ఉంది. వేళ్ళ మధ్య నుంచి ప్రపంచాన్ని దర్శిస్తున్న వర్తమాన తరానికి, వారికి దిశానిర్దేశం చేస్తున్న వ్యాపారాత్మక విద్యా సంస్థలు రూపొందించే 'సిలబస్' ఉపాధి కోసమే తప్ప 'విలువలు ' నేర్చుకొనేందుకు కాదని బోధిస్తున్నాయి. "నీతి కథలు చెప్పుకొనే సమయం పోయి ' హరిపోర్టర్ ' లోని అద్భుత

ప్రపంచాలను రాత్రి వేళలో దుప్పటి ముసుగులో దర్శించే తరానికి గురుజాడ చెప్పిన అక్షర సత్యాలులోని నైతిక, మానవ విలువలు గుర్తు చేసే వారేరి?

గురజాడ అప్పారావు (క్రీ.శ 1862-1915) తన కాలం కంటే శతాబ్దం ముందు కాలాన్ని ఉహించే 'ద్రష్ట' సాహిత్య కళకు మానవతను సంస్కరణాభిలాషలో అభ్యుదయ పంథాలో అక్షరబద్ధం చేసాడు. ఆయన ప్రతీ రచనలో అద్భుతమైన మానవీయ విలువల చిత్రణ కనిపిస్తుంది. సంఘ సంస్కరణ అంటే 'మనిషి'ని మార్చటం అనేది ఆయన రచనల్లోని అంతస్సూత్రంగా కనిపిస్తుంది. గురజాడ రచించిన'ముత్యాలు సరాలు'. మొదటి మూడు చరణాలలో 7+7 మాత్రల గణాలలో (14 గణాలు) పంక్తులు, 4 పాదంలో 9 మాత్రలుంటాయి. వర్ణ వ్యవస్థ – అస్పృశ్యతకు వ్యతిరేకంగా వ్రాసిన గేయం.

మూఢాచారాల ముసుగులో మానవత్వం మంట గలిపిన సంఘటనలనేకం నిత్యం చూస్తున్నవే. గుప్త నిధుల కోసం, కాముకత్వం కోసం ఇలా ఎన్నెన్నో ఉదాహరణలు మంచి, సత్యం, ధర్మం, నీతి వంటి వాటిని విస్మరిస్తున్నవే, విస్మయ పరుస్తున్నవే. గురజాడ వాటి వెనుక రాసిన అర్థాన్ని – భావాన్ని అర్థం చేసుకోలేని వారు నేటికి ఉన్నారనటంలో అతిశయోక్తి లేదు. ' తోక చుక్క వెనుక అశాస్త్రీయతను కాదని 'శాస్త్రీయతను విశ్వసించమని చెబుతారు గురజాడ. పాత విషయాలను క్రొత్తగా నేర్చుకోవలసిన ఆవశ్యకతను నొక్కి చెబుతారు. అక్షరాలను ఆయుధాలుగా మలచిన తీరు అద్భుతం.

గుత్తునా ముత్యాల సరములు

కూర్చుకొని తమైన మాటల,

కొత్త పాతల మేలు కలయిక

క్రొమ్మెరుంగులు జిమ్మగా

పాత క్రొత్తల మేలు కలయిక సమాజంలో అనివార్యమని చెబుతారు. మంచి గతమున కొంచమేనోయ్ ' అని పాత వరుసల నిరసనను కాదని, ' మంచి గతమునా కలదనే క్రొత్త పల్లవులు అవసరమని చెబుతారు. మానవత్వపు నీడను ఏవగించుకొనే విద్య ' ప్రస్తుతం సమాజంలో ఉంది. 'మనం ' దగ్గర ప్రారంభం కావలసిన వ్యక్తి – వ్యవస్థ ' నాది నేను ' దగ్గరనే ప్రారంభ, ముగింపులును ఆపేస్తున్న వర్తమాన తరానికి కారణం ' విద్య ', ప్రతీ అంశాన్ని తరచి, తరచి చూడవలసిన విశ్లేషణ చేసుకోవలసిన అవసరం ఉంది.

కోటపేటలు నేలగలరని

కోటి విద్యలు మీకు కరసిరి

పొట్ట కూటికి నేర్చు విద్యలు

పుట్టకీట్లు కదలేనా....?

మానవత్వం మనిషి మనిషిని దగ్గర జేర్చాలి. మతాలన్ని ఇదే సూత్రాన్ని వివరిస్తున్నాయి. అయినా ఎవరికి వారే సాటి మనిషి పట్ల కనీసపు జాలి, దయలను విస్మరించటం శోచనీయం. వాటిని వదిలిపెట్టాలని చెబుతా రు గురజాడ.

యెల్లలోకము వొక్కయిల్లై

వర్ణ భేదములెల్ల కట్టి

వేల నెరుగని ప్రేమ బంధము

వేడుకలు కురియ

మతాల సారం కన్నా 'మానవత్వపు దూరం నిరసించదగినది.జ్ఞానంతో కూడిన చదువు నేర్పితే వర్తమాన– భావితరాల వారు మతాలను నిరసించకుండానే 'మనిషు 'లుగా ఎదిగే అవకాశాలున్నాయి.

మతములన్నియు మాసిపోవును

జ్ఞానమొక్కటే నిలిచి వెలుగును,

అంత స్వర్గసుఖంబులన్నవి

యవనీ విలసిల్లున్

వర్తమానంలో తల్లిదండ్రుల పట్ల అమానవీయ వైఖరి ప్రదర్శిస్తున్న వ్యక్తుల సమూహం'ను నిత్యం చూస్తూనే ఉంటున్నాం. ఆస్తుల కోసం తల్లిదండ్రులను చంపేసినవారు, వృద్ధాప్యంలో ఉంటే సేవ చేయలేని పిల్లలు, స్త్రీ, పురుషులు వారిని శ్మశానంలో వదిలి పెడుతున్న దైన్య చిత్రాలు మీడియాలో చూస్తున్నాం.

'ముత్యాల సరములు'లో

కుట్టుకున్నది యేమికానీ

పెట్టి పొయ్యక పోతే, పోనీ,

కాంచి పెంచిన తల్లిదండ్రుల

వైన కనవలదో అని నినదిస్తారు.

తల్లిదండ్రులు లేనిదే పిల్లలు లేరనే ఇంగితం మరుస్తున్న యువత, పెళ్ళికాగానే తల్లిదండ్రుల బాధ్యతను వదిలించుకుంటున్నారు. సంఘసంస్కర్తలు నేటికి అవసరమే అనిపిస్తుంది. వ్యవస్థ మారాలంటే వ్యక్తుల్లో మార్పు అనివార్యం. మాటలతో మానవీయ విలువలపై దాడి చేస్తున్న వ్యక్తులు సమూహాలు కూడా కొన్ని ఉన్నాయి. వారి లక్ష్యం 'మానవతావాదం ' కాదు ' మనీతత్వం'. సంపదలు వలన సంసారాలు – బంధాలు సఖ్యంగా సాగుతాయని భ్రమించే నైజం.

చూడు మునుమును మేటి వారల

మాటలనియెడి మంత్ర మహిమను

జాతి బంధములన్న గొలుసులు జారి, సంపదలుచ్చెడన్

మనుషుల మధ్య సఖ్యతకు ఐక్యత అవసరం. సుఖం, శాంతి, ధర్మం, ప్రేమ, నీతి వంటివి ఉపన్యాసాలు వలన రాదు. స్వతహాగా నేర్చుకోవాలి. అందరిని కలుపుకు పోవటం పేరు. అందరితో కలిసిపోవటం ' వేరు. కౌగిలింతలు వలన మనసులోని ' కఠినత్వం' కరిగిపోదు. అంటరానితనం రూపుమాపమని కొన్ని శతాబ్దాలుగా సామాజిక సమరం జరుగుతున్నా, తాత్కాలికమైన మార్పు వచ్చినా పరువు హత్యలు 'ఆగిపోయాయా..... ? అంటరానితనం' అనేది మనుషులకే కాదు వారి మనసులకు కూడా అంటుకు పోయింది. దానిని వదిలించుకోవాలని గురజాడ. కలసి మెసగిన యంత మాత్రనే

కలుగుబోది యైకమత్యము

మాల మాదిగ కన్నెనెవతెనో

మరులు కొన్న రాదో...

'కన్యక పూర్ణమ్మ' 'కాసులు' వంటి రచనల్లో కూడా గురజాడ వారు తన మానవతావాదాన్ని విశ్వరూపాన్ని ప్రదర్శించారు.

'ప్రేమ నిచ్చిన ప్రేమ వచ్చును.

ప్రేమ నిలిపిన ప్రేమ నిలుచును.....' ఇది గురజాడ ప్రేమతత్వం,

కవి, రచయిత, కళాకారుడు మనిషి ఆత్మను తీర్చిదిద్దే ' ఇంజనీరు 'అటువంటి గొప్ప సంస్కర్త గురజాడ. వర్తమాన తరంలో ప్రాథమిక స్థాయి నుంచి స్నాతకోత్తర స్థాయి చదువుల వరకు గురజాడ రచనలను 'సిలబస్'లో భాగం చేస్తే... గొప్ప సంఘ సంస్కరణకు పునాదులు పడినట్టే... ఆ రోజు కోసం వేచి చూడవలసిందే....

రమణీయ శైలి శిల్పి దేవరకొండ బాలగంగాధర తిలక్

"Poetry is music in words and music is Poerty sound"

తిలక్ కవిత్వానికి నిరంతరం వెంటాడే తత్వం ఉంది. దాని నుంచి తప్పించుకోవటం ఎవరికి సాధ్యం కాదు. ఆయన అక్షరాలు "వెన్నెల్లో ఆడుకొనే ఆడపిల్లలు" "అతని ప్రతీ మాటకు రంగు, రుచి, వాసన ఉంటాయి". ఈ రహస్యం తెలిసినవాడు తిలక్. శ్రీశ్రీ యుగంలో యావదాంధ్ర దేశంలో ఉత్తమ కవులుగా ప్రసిద్ధి చెందిన వారు ముగ్గురున్నారు. వారు శ్రీశ్రీ, తిలక్, అజంతా. విస్తృతమైన కవిత్వంతో చ(చి)క్కని శైలిని ఏర్పాటు చేసుకొని ప్రసిద్ధి పొందిన కవి తిలక్. ప్రారంభంలో అందరిలానే శ్రీశ్రీ కవిత్వం నీడలో ఉండాలనుకొనేవాడు"

"ఘోష / హేష మురళీ రవళి / కదలి కదలి షణం ఘుణల నిక్వణ కృణల ఝుణం ఝుణల" అనేది. (దృశ్య భావాలు) కవిత ఎవరిదని ప్రశ్నిస్తే– "శ్రీశ్రీ దే కదా" అనే సమాధానం వస్తుంది. వచనా కవితా ప్రక్రియను పరిపుష్టం చేసిన వారిలో " తిలక్ " ది ఓ ప్రత్యేక స్థానం. పరిపక్వమైన వచన గేయపు శైలికి అతను ఎంతో దోహదం చేసాడు. శైలిలోనూ, ఉక్తి విధానంలోనూ కొన్ని సందర్భాల్లో కావ్య వస్తువుల్లోనూ కూడా భావ కవిత్వపు ఛ్చాయలు బంధం నుండి బయట పడలేని కవి తిలక్ "ఆర్తగీతం" లో " నేను చూసాను నిజంగా ఆకులలో అల్లాడి మర్రి చెట్టు కింద మరణించిన ముసలివాణ్ణి ఇదే కవితలో

"కొత్త సింగారమ్ము వలదు,
ఉదాత్త సురభి శాత్తశయ్యా సజ్జితము వలదు" అని రాసాడు తిలక్.

అతనో రమణీయ శైలి నిర్మాణ శిల్పి. 1956–60 మధ్య తిలక్ గొప్ప కవిత్వం రాసారు. అతని ఆలోచనలో, కవితాశైలిలో కూడా మార్పు కనిపిస్తుంది. (అమృతం కురిసిన

రాత్రిని మరోసారి తిరగేసి చూస్తే తెలుస్తుంది) అప్పుడప్పుడు వృత్త చంధస్సులో రాసినా ఎక్కువగా వచన రచనలే ఎంచుకున్నాడు. తిలక్ ది స్వంతబా (వా) ణి. ఎన్ని రకాల కవితా పోకడలు ఆ కాలంలో తలుపులు తెరుచుకొని ప్రబలినా ఆయన మాత్రం తన స్వంతశైలిని వదులుకోలేదు. వచన కవిత్వాన్ని తిలక్ చెప్పినంత అందంగా, వైవిధ్యంగా మరొకరు చెప్ప లేరనిపిస్తుంది. కవిత్వం ఒక అల్కెమీ. దాని రహస్యం కవికే తెలుస్తుందని చెప్పిన తిలక్ ఏది రాసిన మేలిమి బంగారంలానే మెరిపించాడు. అమృతం కురిసిన రాత్రి, నువ్వు లేవు నీ పాట వుంది, వానలో నీతో వంటి గొప్ప లిరికల్ కవిత్వం ప్రవహింపజేసి రసికులను పరవశింపజేసాడు. నెహ్రూ చనిపోయినప్పుడు రాసిన వచన కవిత ప్రిన్స్ చార్మింగ్/ డార్లింగ్ ఆఫ్ ది మిలియన్/ వెళ్ళిపోతున్నాడు దారినివ్వండి – స్వప్న శారికలతని శిరస్సు చుట్టూ పరిభ్రమిస్తున్నాయి అని అద్భుతంగా రాసి తెలుగులోనే గొప్ప ఎలిజీగా నిలిపినాడు తిలక్. రొమాంటిసిజం ఫ్యాషన్ కాని వేళ రొమాంటిక్ కవిత్వం రాసి తనదైన శైలిని చాటి చెప్పిన ప్రతిభామూర్తి.

సోషల్ మీడియా విజృంభణ చేస్తున్న వేళ పేరాలను ముక్కలు చేసి కవిత్వ ధారను కురిపిస్తున్న కవులకు “మాటలు పేర్చడం కవిత కాదు – మంత్ర తంత్రం అసలే కాదు.” అంటూనే “నిగ్రహ పగ్రహాలు లేని భావాశ్వాలను బరి మీద వదలకు/అన్నా కవిత్వం అంతరాంతర జ్యోతిస్సీమల్ని బహిర్గతం చెయ్యాలి” అని హెచ్చరించిన కవి. మధ్య తరగతి మనుష్యుల మీద తిలక్ తన కలాన్ని బాగానే ఎక్కుపెట్టారు. ‘గొంగళి పురుగు’, ‘నీడలు’ వంటి కవితల్లో మనసు అంతరాల్లో భయం, ముసుగులు చాటున జీవితం, నటనే అను నిత్యపు సత్యం అనేంతగా మధ్య తరగతి నగ్నత్వాన్ని విప్పి చూపిన కవి తిలక్. “చిన్నమ్మా / వీళ్ళందరూ భయపడిపోయిన మనుష్యులు/ రేపటి ని గురించి భయం సంఘ భయం/ తమలో దాగిన తమను చూసి భయం” అంటానే మరింత ముందుకు వెళ్ళి “భారతం భాగవతం చదువుతారు /పాపం పుణ్యం కేటాయిస్తారు/ డైలీ పేపరు తిరగేస్తాడు / జాలీగా వున్నట్టు నటిస్తారు” అని అసలు తెర తీస్తాడు.

మనిషి జీవితంలోని విషాదాన్ని ‘ముసలివాడు’ కవితలో ఆర్ద్రంగా చిత్రించిన తిలక్ తపాల బంట్రోతు, “సైనికుడు ఉత్తరం” తదితరాల్లో అంతే ఆవేదనను నింపి పాఠకుడి గుండెల్లోని తడిని తట్టి మనిషి కూడా మానవత్వం ఉన్నవాడే. కాలం అతడిని కాల్చకపోతే అనే మాటను అక్షరబద్ధంగా నిరూపిస్తాడు. తిలక్ ప్రారంభంలో కొన్ని పద్యాలు కూడా రాసాడు.

ప్రతి దినమే భాష్పకణ భార నిరోధ దిశాంత నౌత్రమై! ప్రతివకుళమ్ము రాలు శశిరాత్త దళాంత గోచ్చనాదమై, ‘స్వయంవర’ అనే ఖండికలో సీత భావాలను ‘అదిగోసాగెను స్వామి విల్లుకయి/ ఆ యందమ్మ ప్రాతస్సర/ స్పదనోద్దీపిత రాజహంసవలె ఆశాంతమ్ము శోభించక...’ 1960 లో రాసిన ‘అద్వైత మన్మథము’ అద్భుతమైన రచన. సీత రామునితో

"నేను నీలోన నన్ను సృజించుకొనగా... నీవు నాలో లయింతు వెంతేని వింత" అపూర్వమైన పదగుంభనం ముగ్ధమోహనం మనోహర దృశ్య ఆవిష్కరణం. (తిలక్ పద్య కవితలు గోరువంకలు పేరుతో పుస్తకంగా వచ్చింది. తిలక్ సమగ్ర రచనా సర్వస్వం)

తిలక్ నిక్కమయిన మానవతావాది. వ్యక్తిగతమైన మానవత్వం, సమాజపరమైన కరుణ, వేరు వేరు భావ దృశ్యాలు. మంచి మనిషిలోని మానవ కారుణ్య భావనకు తిలక్ నిలువెత్తు రూపం. ఇది అభ్యుదయ కవితాయుగపు ప్రధానమైన భావన. 'సంకుచితమైన జాతి మతాల సరిహద్దుల్ని చెరిపివేసి అకుంఠిత మానవీయ పతాకము ఎగురవేసి' అని నినదించ గల కవి కంఠం తిలక్ స్వంతం. అభ్యుదయం, భావుకత సగం సగం కలగలిపిన మిశ్రమ రూపం తిలక్ కవిత్వం. 'నా అక్షరాలు ప్రజాశక్తుల వహించే విజయ ఐరావతాలు, "నా అక్షరాలు వెన్నెల్లో ఆడుకొనే అందమైన ఆడపిల్లలు" అని చెప్పటంలో తన తత్వం - తన కవితా వస్తుతత్వంలను చెప్పినట్టు ఉంటుంది. కవికి పరిణామ దశలుంటాయి. ప్రారంభంలో ఆవేశం, ఆలోచనల నుండి ఓ సామాజిక అంశాలను వాడిగా వేడిగా చెప్పాలనే తపన ఉంటుంది. కాని... పరిణామ క్రమంలో కాలం విసురుతున్న సవాళ్ళకు వ్యక్తిగతంగా సమాధానమిస్తూ 'కలం'కు ఆ అనుభవాల్ని రంగరిస్తూ - చెదురుతున్న వాస్తవాలను... మారని మానవ- సామాజిక దురవస్థల మధ్య ఓ సన్నని తెర కవి భావాలను పదును తీర్చి భాషకు ఓ క్రొత్త రూపంను జత చేస్తాయి. అటువంటి కవి కవిత్వం పుటం పెట్టిన స్వర్ణం. తిలక్ కవిత్వం ఇందకు నిదర్శనం. 1941-1969 ల మధ్య కాలం తిలక్ కవితలను, కథలను గమనిస్తే ఈ క్రమానుగతిని గమనించవచ్చు.

తిలక్ ది అకాల మరణం. ఈ సందర్భంగా శ్రీశ్రీ తన అశ్రునివాళిలో 'అంతరించిన ప్రజాకవి / సభస్సుల సగం చేరకముందే / అస్తమించిన ప్రభారవి / మరి కనిపించడా / కోకిల వలె కూజిలచే కల ధ్వని / కేసరి వలె గర్జించి రణ ధ్వని' అని దుఃఖిస్తాడు. ఒక గొప్ప పాట మధ్యలో ఆగిపోయింది. మధురంగా వినవస్తున్న వీణానాధం ఆకస్మికంగా మూగబోయింది. ఒక కవిత్వ ఉద్యమం అర్ధంతరంగా నిలిచిపోయింది. మృత్యువు తిలక్ ను అకారణంగా చిన్న వయసులోనే తీసుకుపోయింది. తిలక్ ది చెరపలేని జ్ఞాపకం. మరచిపోలేని 'మనీషి'తనం.

చివరిగా.....

నువ్వు లేవు నీ పాట వుంది... ఇంటి ముందు

జూకామల్లె తీగల్లో అల్లుకొని

లాంతరు సన్నని వెలుతురులో క్రమ్ముకుని

నా గుండెల్లు చుట్టుకొని

గాలిలో ఆకాశంలో నక్షత్రం చివరి మెరుపులో

దాక్కుని నీరవంగా నిజంగా ఉంది.

తలచుకున్నప్పుడల్లా 'అతను' చిరస్మరణీయుడే. జాషువా చెప్పినట్టు సుకవి జీవించు ప్రజల నాలుకల యందు హృదయాంతరాల్లో... ఓ సువాసనలా....

ప్రపంచీకరణ విధ్వంస చిత్రం 'తుడుం'

ఆధునిక కవిత్వం అర్థం కాలేదంటే,
ఆధునిక జీవితం అర్థం కాలేదన్నమాట ' – శ్రీశ్రీ

కవిత్వానికి కవి యొక్క అద్వంద్వమైన అనుభవమే అర్థ సంవిధానాన్ని ఆకృతిని నిర్ణయిస్తుంది. జీవితానుభవాన్ని ప్రత్యక్షంగా, సజీవంగా అనుభూతి అందివ్వడమే కవిత్వం లక్ష్యం, అదే కవిత్వసారము, ఆలోజింపచేసేది కవిత్వం, కాలక్రమంలో వచ్చే మార్పులకు వేదిక 'సమాజ అభివృద్ధి 'వేగం' పేరుతో తెరపైకి వచ్చిన పదం – పథం 'ప్రపంచీకరణ'. కాని క్రమేపి దీని అర్థం మారింది గ్లోబలైజేషన్, ప్రయివేటైజేషన్, లిబరలైజేషన్ వంటి అంశాలు 'అసలు రంగును' 'ప్రపంచం చూసిన తరువాత సామ్రాజ్యవాదం, పెట్టుబడిదారి వ్యవస్థలు' దళారీ 'విభాగాన్ని పెంచి గ్రామీణ జీవనాన్ని చిన్నాభిన్నం చేసింది. విజృంభించిన కార్పోరేట్ " శక్తులు చిన్నకారు సన్నకారు రైతుల నుంచి విద్యా వ్యవస్థలు వరకు విస్తరించి వికృతమైన తన దృతరాష్ట్ర కౌగిలిలో నలిపివేస్తూ – కనుమరుగు చేస్తున్నాయి. విలువలులేవు. 'విలువ' తప్పా, మానవ మనుగడకు ప్రాణమైన బంధాలను తెంచే క్రమంలో విజయవంతమైందనే నిజం క్రమంగా అందరికి అర్థమయింది. తమ అవకాశాలను, అవసరాలను ప్రక్కవాడు తన్నుకుపోవడం తమ ఆహార, సంప్రదాయ, సంస్కృతులపై ' ఇతరులు చేస్తున్న ' దాడి. ప్రకంపనలు తట్టుకొనే శక్తి, సామర్థ్యాలను పల్లెలు, కుటీర పరిశ్రమలు కోల్పోతున్నాయి వలసలు పెరిగాయి, విధ్వంస చిత్రణం విపరీతమయింది. అభివృద్ధి చెందిన దేశాలు సహితం ప్రపంచీకరణ 'విషకోరల నుంచి బయటపడేందుకు చట్టాలు చేసుకుంటున్నాయి.

ప్రపంచీకరణకు ప్రారంభంలో ఉన్న ప్రయోజనార్థం' వేరు. ప్రస్తుతమున్న ప్రపంచార్థం 'వేరు. ఇది ప్రపంచం గమనించింది కాని.... పరిస్థితి చేయి దాటింది. ఈ క్రమంలోనే సాహిత్య ప్రక్రియలు ఈ అంశాన్ని ప్రధానంగా చేసుకొని ఎంతో 'సృజన ' చేసాయి. అలా స్పందించిన కవుల ' కలల ' 'కలాలు ప్రతిరూపమే తుడుం.. తుడుం అనేది ఉత్తరాంధ్ర జనపదాల్లో వినియోగించే ఓ వాద్యసాధనం గిరిజన జీవితాల్లోని – జీవనంలోని సంబరాన్ని, సంఘర్షణని, సమీరాన్ని ప్రతిధ్వనించే పరికరం. విధ్వంస వర్తమాన జీవనచిత్రాన్ని ఆవిష్కరించేది ఈ తుడుం. కొంతమంది కవుల కవిత్వాన్ని శ్రీకాకుళ సాహితీ ఒక సంకలనంగా తీసుకువచ్చిన పుస్తకమిది.

'ఎమర్సన్ ' ఛేంజ్ ఈ లా ఆఫ్ లైఫ్ ' అంటాడు. సమాజంలో అన్ని వనరులు ఉన్నా దోపిడి శక్తులు మార్పు జరగకుండా చూస్తాయి. చైతన్య సమూహాలుగా ఉన్న బాధితులు ఇలాంటి స్థితిని బద్దలు కొట్టే ప్రయత్నం చేస్తారు అని అంటారు 'తుడుం' చేసేపని అటువంటిది. గంటేడ గౌరునాయుడు గారు ' నా ఏటి పాట కావాలి అని నినదించడం వెనుక ఓ 'విధ్వంస చిత్రం' కనిపిస్తుంది.

ఒక చోట

ఒక ముసురపట్టిన వేళ
నాగలి పొయ్యిలోకి దూకి
ఆత్మహత్య చేసుకుంది. అని దు:ఖిస్తూనే

మరో సందర్భంలో

' చదరంత పొలంలో చాలు పొయ్యడానికి
ఇనువదున్న రూపాయిలు మే పందే
తన టైరు పాదం కదపదుగాక కదపదు' అంటారు.

మరో సమయంలో –

వాడు దిగుమతి చేసిన మొక్క
మొక్కను వాగ్దానం చేయదు అంటారు.

ఇవన్నీ ప్రపంచీకరణ నేపథ్యంలో బి.టీ, విత్తనాల మోసం వెనుక వ్యవసాయ విషాదం. ఇక 'తుడుం' కవితల్లో గమనిస్తే... సిరికి స్వామినాయుడు 'ప్రకృతి' వికృతరూపానికి ఈ పరిణామంలో ఎలా నాంది వాచకం పలికిందో వివరిస్తూ....

పచ్చని అడవుల్లో...

యిప్పుడు పాప్ సంగీతాల జోరు!

పురివిప్పిన నెమళ్ళు వనాల్లో

యిప్పుడు దిగంబరదేహాల తైతక్కలు ' అంటారు.

పాశ్చాత్య నాగరికత ప్రభావం పచ్చని పల్లెలను 'రంగు వెలిసేటట్టు' చేస్తున్నాయని వేదన చెందుతారు. డా॥ సంకిరెడ్డి

శేండ్ల కడుపుబాయ్

తెల్కంత లొట్టపీసు పెట్టాయి.

పొద్దు కూలబడి

కుండ్లల్ల కన్నీరు పురదాయె అని ఓ ఆర్తగీతాన్ని ఆలపిస్తారు.

గ్రామీణ మనిషి – వ్యవసాయంతో పాటు తన ఆట, పాట తనదని నమ్మే అమాయక గ్రామీణ జీవితం ఎలా ' తెల్లారి పోతున్నదో "ఓ 'కార్పోరేట్ శక్తి' ఎలా ' వారిని 'కాల్చేస్తున్నాదో. కూల్చేస్తున్నాదో రామ్ ప్రసాద్ తన కవితలో

రాత్రంతా పాటైన వాడి గొంతు మూగబోయిందని

స్వేద దేహంలో మట్టి కథల పువ్వుల్ని సృష్టించినవాడు

శాశ్వత నిద్రలోకి జారిపోయాడని

కొండ కొండకూ... గడపగడపకు... కబురివ్వండి

అని దు:ఖించిన వైనం కనిపిస్తుంది. ప్రపంచీకరణ ' చేనేతపై చేయిచేసుకున్న విధానం, వారి దు:ఖ జాబితమైన జీవనాన్ని చిత్రిస్తూ.... కిలపర్తి దాలినాయుడు.

అగ్గిపెట్టెలో నిన్ను ఇమడ్చగల నేతన్నలకు

తెల్ల బంగారమని నమ్మిన రైతన్నలకు

ఉరి బిగించిన నీ కృతఘ్నుతను ఏమని ప్రశ్నించాలి.

ఒకానొక కాలంలో (వేటికీ కూడా) ప్రత్తి రైతుల ఆత్మహత్యలతో దేశం ఓ శ్మశాన నిశ్శబ్దం'ను అనుభవించింది. అయినా ప్రపంచ కార్పొరేట్ శక్తులు విజృంభణ పెరిగింది కాని తగ్గలేదు. ఇదో విషాదం. అంతరిస్తున్న రైతు జాతి ' ప్రతినిధి ఆవేదన 'సిరా' చిత్రిస్తూ –

నేను పోగొట్టుకున్న మువ్వకాడికి, పువ్వుల కొరడాకి

తెర్రికి, తెద్దుతి... సారెకి... కుదురికి...

భీమా కోరుకునే పేరాశబోతుని ఎందుకో... ఏమిటో.....

నేనుండను!

రేపటి తరానికి బువ్వెలాగో?

రైతులు లేని సమాజంలో (దేశంలో) కూడు " ఎలా? రేపటి తరం ఏం తిని బ్రతకాలి.... ఈ ప్రశ్నలకు సమాధానం చెప్పే 'ప్రపంచీకరణ' నిర్మాతలు.... వ్యాపారులు...... నాయకులు ఏరి? నాగరికత చిహ్నాల విశృంఖలతకు నిదర్శనాలు నేటి తరాలు... డా॥ మానేపల్లి తన కవితలో

చేతులతో బట్టలు నెయ్యడమే కాదు

ఏ పని చెయ్యిడమూ అనాగరికమే అయిపోయింది.

సున్నితంగా స్విచ్ నొక్కితే సరుకుల సమ్మోహన ప్రపంచం

మన సమస్తాన్ని ఆక్రమించుకొని సర్వనాశనం చేస్తుంది.

ఇలా ఎన్నెన్నో వేదానా చిత్రాలు కనిపిస్తాయి. అభివృద్ధి హద్దులు వేసుకోవలసిన నిరోధకులుగా ముద్ర వేసుకొనవసరం లేదు. కాని...అవసరం ఉంది కదా! మారుతున్న సమాజానికనుగుణంగా 'ప్రపంచీకరణ' పూరిత అభివృద్ధి అవసరమే... గతంలోనే కూరుకుపోదామనటం అవివేకం కాని...వర్తమానం నరకప్రాయం చేసుకోవటమూ అజ్ఞానమే.

నిప్పు ఎవరు రాజేసినా

మన కొంపే తగలబడుతుంది.

యుద్ధం ప్రకటించకుండానే

ఓటమి వెల్లడైపోతుంది. అనే 'అరువేరా' అక్షరసత్యాలను గమనిస్తే 'ప్రపంచీకరణ ' నేపథ్యంలో 'మన మంటలకు' మనమే బాధ్యులం కాకూడదు. నివారణోపాయం చూసుకోవాలి .పచ్చని ప్రకృతిని పరిరక్షించుకోవాలి. చేతి వృత్తులను బ్రతికించుకోవాలి. రైతులను 'జీవించే విధంగా ప్రణాళికలు రూపొందించుకోవాలి. ఇందుకు ' ప్రపంచీకరణ' మార్గదర్శి కావాలి.

సామాజిక సమస్యల దర్పణం ప్రసాదమూర్తి కవిత్వం

కవిత్వంలో చిత్రాలను చిత్రించే వారంతా వాటిలో సామాజికతను నింపాలనుకొంటారు. కవి తన భావనా స్రవంతిలో ఆలోచనలను శిల్పాలుగా మలిచే వేళ సమాజంలో వేదన వాటికో రూపమిస్తుంది. అతని ఆలోచనల్లో సమస్యలు సీతాకోకచిలుకలుగా అనేక "వర్ణాలుగా రూపాంతరం చెందుతాయి. తపన, ఆర్తి , ఆవేదన, ఆర్ద్రత వంటి భావాత్మకతా ప్రతిరూపాలు ఆయా కవితలకు ఓ రూపును తీర్చిదిద్దుతాయి. ఏది మంచి కవిత్వం అనే ప్రశ్నకు భావచిత్రాల (ఇమేజ్) పరంపరలతోటి మానవుల కన్నీళ్ళకు ఓ దృశ్యరూపం ఇచ్చే కవిత్వం ఏదైనా మంచిది. ప్రయోగాల దశను దాటుకొని ప్రయోజనాలను తనలో కలుపుకొని సమాజాన్ని చిత్రిక పట్టే కవిత్వం ప్రసాదమూర్తి కవిత్వం. అతను రాసిన కవితా సంపుటాలు, కథా సంపుటి చదివితే ఏ ప్రక్రియైనా స్వప్రయోజనం కన్నా సామాజిక సామరస్య సమస్యల సు(వ)డిని తీవ్రంగానే వెలుబుచ్చిన వైనం కనిపిస్తుంది.

స్వేచ్ఛను గురించి వర్తమానంలో "చర్చించుకోవలసిన అవసరం ఏర్పడటం ఏడున్నర దశాబ్దాల స్వాతంత్ర్యం అనంతరం అనివార్యమవటం విషాదమో... వివాదమో తెలియదు. 'స్వేచ్ఛ అంటే ప్రశ్న' అంటారు సోక్రటీసు. కనుకే ఆయనుకు విషమిచ్చి చంపారు. "ప్రశ్నిస్తే స్వేచ్ఛసున్ను" అని దిగంబర కవులు ఆనాడే నినాదమిచ్చారు. ప్రసాదమూర్తి గారు కూడా "పిడికెడు స్వేచ్ఛ మిగిలినా చాలు/ ముక్కలు ముక్కలుగా నన్ను నేను సమీకరించుకుని / అన్నీ దిక్కుల్నీ ఆవరించి / మీ మీద వెలుగు వానై కురుస్తాను" అంటారు.

స్వేచ్ఛ కోసం మరణం పొందినా మళ్ళీ జన్మిస్తానంటారు. "ప్రాణమే కదా తీసుకుపోండి/స్వేచ్ఛను ప్రేమించాను/కోటిసార్లు కోట్లలో జన్మిస్తాను' అని నినదిస్తారు.

స్పందన లేని కవి, స్పందింపజేయలేని కవిత్వం వృథా. సమాజంలో నిరంతరం జరిగే క్రమపరిణామాల సమస్యల రూపురేఖలే కాదు లోతు, సాంద్రతలను సహితం కవి గమనించాలి. అవసరమయితే తన గొంతులో వాటిని ప్రతిధ్వనించాలి. సాయిబాబా గారు తన భార్యకు రాసిన ఉత్తరానికి స్పందనగా ప్రసాదమూర్తి "రెండు అణు పరీక్షలు చేసిన దేశం/పన్నెండు ఉపగ్రహాలను ఒకేసారి అంతరిక్షంలోనికి పంపిన దేశం/నాలుగు యుద్ధాల్లో రాటుదేలిన దేశం/మంచులా కరిగిపోతున్న అతని దేహాన్ని చూసి/గజగజ ఎందుకు వణికిపోతుందో "రాజ్యాంగం కల్పించిన హక్కులను కాలరాస్తున్న నాయకుల కాలంలో సామాన్యులు తమ హక్కుల కోసం పోరాటం" చేయవల్సిందేనని "హక్కులు చట్టాలలో రావు/కాలాల/కసినంత చేతుల్లోకి తీసుకొని/నెత్తురు కక్కుకునేలా దిక్కుల్ని/ఎత్తికుదెయ్యాలి' అంటూనే కవితలో మరో చోట ""ఓర్పులూ సహనాలూ అభ్యర్థనలూ విజ్ఞప్తులూ వేడి కోళ్ళు/ఛ్ఛాఛ్ఛాఛ్ఛా.... హద్దుండాలి సిగ్గుండాలి/చీకటి కాళ్ళు పిసుకుతూ కూర్చుంటే వెలుగెలా దక్కేది" అని ఆజ్ఞాపిస్తారు.

పిడికిళ్ళు బిగించి పుట్టే మనిషి క్రమంగా సర్దుకుపోతూ చేతిని చాచి అడుక్కోనే స్థితి ఎందుకు వస్తున్నది? హక్కుల ఖననం నిశ్శబ్దంగా జరుగుతున్న తొలినాటి బిగింపు పిడికిలి గుర్తుకు తెచ్చుకోలేని జనంలో ఎందుకీ సబ్ధత "హక్కులు రాలే కాలంలో వున్నాం/హక్కులు పూచే రుతువుకావాలి / హక్కులు పూచేరుతువు" దేశం నిండా శరణార్థులు పెరుగుతున్నారు. ప్రభుత్వాలు దేశాలు, రాష్ట్రాలు మధ్య గీతలు గీస్తున్నాయి. హద్దులు పెడుతున్నాయి. 'నా దేశంలో నేనే ఎవరో" అన్నాడో అజ్ఞాత కవి. ప్రజలంతా దేశం కాని దేశంలోకి ఎలా వస్తున్నారు? ఎందుకు వస్తున్నారు. వారి భాధ్యత ఎవరు తీసుకోవాలి? అశాంతితో, యుద్ధాలుతో, కునారిల్లిన జీవనగమన దారుల్లో 'మనిషి లేని దేశాలును ఏలుకొనేదెవరు? ఇది రాష్ట్ర జాతీయ, అంతర్జాతీయ సమస్యంటూ విడివిడిగా "మనుషులను" విడగొడుతున్న వైనం విషాదకరం. 'కూడు లేదు... గూడు లేదు... నా పదబంధాలు మధ్య/మధ్య తరగతి మనిషి జీవితం "అంతం'. కానీ... మన చుట్టూ, ప్రతీ రోజూ ఎంతో ప్రపంచం జరిగిపోతున్నది... వేగంగా కదిలిపోతున్నది. "నేనేంటో "నా స్థాయి ఎంత బాగుందో (?)" అనుకోకుండా తెలుసుకునేందుకైనాప్రక్కకు తిరిగి చూడాలి. 'గుండె బరువెక్కితే/ఏ సిగ్నల్ దగ్గరో/ ఆగిన స్కూలు బస్సులోనుంచి పిల్ల చందమామలు/టాటాలు చెబుతారు/జరంత రిలాక్సవ్వు' అంటారు. నిజమే బోసి నవ్వుల పసివాళ్ళ నవ్వుల్లో వెల్లివెరిసిన చందమామలు కనిపిస్తాయి. కాస్సింత మనమూ సేదతీరవచ్చు కనుక అంతా చూడాలి. పరిసరాలు గమనించాలి. "డ్యూటీ ఆఫీసులోనే కాదు/రోడ్డు మీద కూడా చేయాలి/జీవితమే జీతం" అనే ప్రసాదమూర్తి

కవిత్వంలో గొప్ప ఆశావహ దృక్పథం కనిపిస్తుంది. సామాజిక, కౌటుంబీక "కుట్రల" నడుమ వ్యక్తి జీవితం "ఎటు తిరిగితే ఏంతప్పో తెలియదు/ఏది నీడో ఏది కుట్రో పోల్చుకోలేని పాడు కాలం" అనే అసందిగ్ధత నడుమ వ్యక్తి వ్యవస్థలో భాగమయిపోయాడు.

దేశ భక్తి అనేది దేశవ్యాప్తంగా పర్యాయ పదమైపోయింది కదా! అని చెబుతూనే ఇపుడు దేశ భక్తికి "మౌనాన్ని బద్దలు కొట్టడమే పెద్ద యుద్ధం / ఇంత బీభత్సంలో మౌనమే అసలు కుట్ర గా వర్ణిస్తారు. మౌనం వీడవలసిన అవసరముందంటారు. మతం, మనిషి, దేశం, జీవితం ఇవన్నీ పెనవేసుకొనిపోయిన వర్తమానంలో మతం పేరిట 'మనిషిని 'కొలిచే' కొలమానాలున్నాయి. "ఓటు" "వ్యక్తి" కూడా ఈ "కటకటాల్లోంచే చూడబడుతున్నాయి" మతం ఈరోజు "మనుషులను అడించే ఓగొప్ప 'ఆట. మానవ క్రీడలో క్రీనీడల శాపం గమనించని వ్యవస్థలు వాటిని మరింత ప్రేరేపించటం దారుణం. కనుకనే కవి సుఖం కోసం... శాంతి కోసం... ధర్మం కోనం... న్యాయం కోసం.../యుగాలుగా రక్తాన్ని తోడి తోడి మనిషి చెక్కిన మతం/క్రూరాతి క్రూరంగా మనిషికీ కబళిస్తోంది/తేల్చుకోవాలి..../మతమా... దేశమా" అని ప్రశ్నిస్తారు. ప్రశ్నలు వెనుకనే అభివృద్ధి. సాహిత్యం ప్రశ్నతోనే ప్రారంభమయింది. సమస్యలకు పరిష్కారం ప్రశ్నించితేనే సాధ్యం. ప్రసాదమూర్తి కవిత్వంలో ఇటువంటి అనేకానేక సామాజిక సమస్యల ప్రస్తావన, పరిష్కారాలున్నాయి. కవిత్వం కవి యొక్క ఆశ, శ్వాస. అది అన్న తోడు లేదు/అయినా ఫర్వాలేదు... /నీకు దేశమే లేదంటే ఎలా తట్టుకుంటారో కదా" అనే వ్యాఖ్యానం వెనుక విషాదాన్ని గుర్తించకపోతే? కదలిపోతున్న కన్నీటి సమూహాల హాహాకారాలే మిగులుతాయి.

సామాన్యుని జీవితం "రొటీన్' అయిపోతున్నది. ప్రక్కకు తిరిగి చూసే తీరిక లేదు. ప్రక్క మనిషికి చేయూతనిచ్చే ""ఆశా" లేదు. పరుగుల ప్రపంచం పరుగెత్తకుంటే కదలని జీవితం. జీవితం జీతం అనేవి సమాజం కోసమైతే గొప్ప కవిత్వం వస్తుంది. ప్రసాదమూర్తి కవిత్వం ఇందుకు మినహాయింపుకాదు.

వైవిధ్యాత్మక సాహితీ విరాగి.... ఆలూరి బైరాగి

వైవిధ్యాత్మక విరాగి-ఆలూరి బైరాగి

ప్రతి మాటకీ శక్తి ఉంది పదును ఉంది

ప్రతి మాటకీ అర్థం ఉంది, ఔచిత్యం ఉంది

---తిలక్

కవి జీవితం నుంచి కవిత్వం వెలువడడం తాదాత్మ్యకతను కనబరుస్తుంది. కవితా వస్తువు కవి జీవితం నుంచి రావడం కవిత్వానికి సజీవకత-శాశ్వతత్వం కలుగజేస్తుంది. జీవన ప్రయాణంలో ఎక్కువ కవిత్వం వెలువరించిన కవులు, ప్రసిద్ధి పొందిన వారు, తెలుగు నేల పైన ఎక్కువగా ఉన్నారనిపిస్తుంది. జీవితంలో ప్రతీ దశలోనూ మెరుపులు మరకలు కవులను స్పందింపజేస్తాయి. తమ అనుభవాలను ఆవేదనలను పంచుకోలేని, పరిష్కరించుకోలేని ఆత్మన్యూనత జీవులు గొప్ప కవిత్వాన్ని సృజియించిన సంఘటనలు తెలుగు కవితా వేదికపైన మిక్కుటంగానే ఉన్నాయి. నిరాశమయ జీవితం నుంచి నిప్పులు కురిపించిన కవివరేణ్యులున్నారు. వచన కవితా ఉద్యమం ఆరంభం నుంచి కూడా అనగా శిష్ట్లా నుంచి ఈ ఒరవడి ఓ నిరంతర స్రవంతిలో ప్రవహిస్తున్నది. అలిశెట్టి, కాళోజీ వంటి వారు జీవితం ను నిర్వచనాలకు లొంగని అద్భుతమైన అవకాశాల గనిగా చెబుతూనే దోపిడీ

లేని సమాజ సృష్టిసాధ్యం చేయాలనే భావజాలాన్ని ప్రకటించారు. "అన్నపు రాశులు ఒకచోట/ ఆకలి మంటలు ఒకచోట (నా గొడవ - కాళోజీ) వంటి రచనలు చేసిన ఒరవడిలో ఓ పడిలేచిన కెరటం జీవితపు మాధుర్యాల పట్ల నిరాసక్తత కలిగిన విరాగి– ఆలూరి బైరాగి

బైరాగి గా సాహిత్య ప్రపంచం గుర్తించిన అతను అసలు పేరు ఆలూరి బైరాగి చౌదరి. 1925 సెప్టెంబర్ 5 వ తేదీన ఆంధ్రప్రదేశ్ గుంటూరు జిల్లా తెనాలిలోని జన్మించారు. 1978 సెప్టెంబర్ 9 న మరణించారు. తల్లి సరస్వతి, తండ్రి వెంకట్రాయుడు. బైరాగికి ముందు ఇద్దరు బిడ్డలు చనిపోవడంతో విచిత్రమైన పేర్లు పెట్టడం ఆచారమైన నాటి రోజుల్లో మూడవ బిడ్డగా జన్మించడం చేత పేరు ముందు "బైరాగి" చేరిపోయింది. తరువాత ఆ పేరు స్థిరపడిపోయింది. బైరాగికి ముగ్గురు తమ్ముళ్లు భాస్కరరావు, గురవయ్య, సత్యం (ఇతడు లబ్ధప్రతిష్ఠుడైన వ్యంగ్య చిత్రకారుడు) ముగ్గురు చెల్లెళ్ళు ఉన్నారు. పెద్దగా చదువుకోలేదు. అతని పాండిత్యమంతా స్వాధ్యాయనమే. తండ్రి దేశభక్తుడు. జాతీయాభిమాని కావటంతో బైరాగికి చిన్నతనం నుంచి హిందీ నేర్పించడం ప్రారంభించారు. హిందీ పరీక్షలన్నీ ఉత్తీర్ణుడైన బైరాగి "చందమామ" హిందీ ఎడిషన్ కు సంపాదకులుగా వ్యవహరించారు. ఇందుకు కారణం ఆయన పినతండ్రి చక్రపాణి గారు. లౌక్యం తెలియని మనిషి. మాట కటువు. మనసు వెన్న. తన పదిహేనవ ఏటనే హిందీలో కవిత్వం రాశాడు. అతని కవిత్వాన్ని హిందీ పత్రికలు ప్రచురించాయి. తల్లి మరణంతో అతని మనసు వికలితం అయిపోయింది. ఒక లక్ష్యం లేకుండా తిరిగాడు. అ సమయంలో క్విట్ ఇండియా ఉద్యమం ఆకర్షించింది. రహస్య సమావేశాలు ఏర్పాటు, కరపత్రాల పంపకం వంటి కార్యక్రమాల్లో పాలు పంచుకున్నారు. నాయకులు జైల్లో పడిన కష్టాలు చూసి చలించిపోయారు. నిరాశా నిస్పృహలకు లోనయ్యారు. ఈ సందర్భంలో యాదృచ్ఛికంగా ఎం. ఎన్. రాయ్ నెలకొల్పిన "రాడికల్ డెమోక్రటిక్ పార్టీ" నాయకులతో పరిచయం కలిగింది. క్రమంగాపెరిగింది. రాయ్ మీద ఉన్న ప్రేమతో "కామ్రేడ్ రాయ్ స్మృత్యర్థం" అనే కవిత వ్రాసాడు బైరాగి.

బైరాగిది నిరాడంబర జీవితం. తనకోసం ఏమైనా చేయగల తమ్ముళ్లు ఉన్నా వారినేమాత్రం ఇబ్బంది పెట్టలేదు. జీవితకాలంలో ఎవరికీ తలవంచని అతను చరమాంకంలో ఎవరెంత చెప్పినా వైద్యం చేయించుకోక 1978 సెప్టెంబర్ 9 వ తేదీన మరణించారు. 200 పేజీల తెలుగు 200 పేజీల హిందీ 200 పేజీల ఆంగ్ల కవితలు, ఒక తెలుగు నవల వంటివి ఆయన తమ్ముడు సత్యం "ఆగమగీతి"పేరుతో ప్రచురించారు. హిందీ కవితలు కొన్నింటిని హిందీ అకాడమీ వారు "పూటా దర్పణ్" పేరుతో ప్రచురించారు.

బైరాగి రచనల్లో ప్రసిద్ధి పొందిన "నూతిలో గంతులు" కవి కుందుర్తి "నూతనత్వం కోసం ఆయన చేసిన అన్వేషణ ఈ గ్రంథంలో కనిపిస్తుందంటారు. 'నాక్కొంచెం నమ్మకమివ్వు' అనే ఆయన గేయం తరువాత వచ్చిన దిగంబర కవిత్వానికి దారి చూపిందని చెప్పవచ్చు. "శబ్ద ప్రయోగంలో పొదుపు, వ్యర్థ పదాలను ప్రయోగించకపోవడం, శైలి మీద చెప్పదలచుకొన్న విషయం మీద సాధికారం బైరాగి సొత్తు" అని అంటారు ఎ. ఎస్. రామన్. బైరాగి అరాచకవాది, నిరాశవాది అని అన్నవారు కూడా ఉన్నారు. ఒక్కసారి ఆయన జీవితాన్ని పరిశీలిస్తే "బైరాగిలో సామాజిక సంస్కర్త, ఉగ్రరూపం ధరించిన ఉద్యమస్ఫూర్తి, దీప్తి కనిపిస్తాయి.

"చీకటి నీడ లలో "యుగయుగాలుగా శిరసుల/ వణికే చీకట్ల చల్లని మెత్తని స్పర్శల/రాపిడి చెందిన బండరాయి ఇది/వదలని మెదలని మొండిరాయి ఇది" అంటారు. "అస్తిత్వవాదం" "ఆధునిక తాత్విక సిద్ధాంతాలు" ఆయన మీద పనిచేసాయి. హిందీలో ఆయన రాసిన ఓ కవితలో "ఇక్కడ మానవత్వం లేదు/ఇది మూగపశువుల గుంపు/జీవచ్ఛవాలు పెండ్లి ఊరేగింపు" అని అంటారు. సమాజంలో ఆకలి, అసమానతలు ఎంతగా కష్టించినా కడుపు నిండకుండా ఒంటినిండా గుడ్డా గూడు లేని లక్షలాది అన్నార్తుల ఆక్రందనలు బైరాగిలో "ఉగ్రవాది" ని ప్రేరేపించాయి. అతనికి" తాజ్ మహల్"ఒక ద్రోహి, కుళ్ళిన విలాస చిహ్నం, అతీత శవ దుర్గంధం."మాకెందుకు షాజహాన్ ప్రణయం/మానవ శ్రమ మింగిన ప్రళయం/ఈ కుళ్ళిన విలాస చిహ్నం/కర్దయ మోహపాశ చిహ్నం/ తాజమహల్ పడగొట్టండోయ్/రాయి రాయి విడగొట్టండోయ్". తాను చూసిన సమాజంలో ఆకలి, దరిద్రం విచ్చల విడిగా విలయ తాండవం చేస్తుంటే ఇటు మానవ శ్రమ దోపిడితో నిర్మితమైన కట్టడాలు అనవసరమనేది ఆయన వేదన. మానవజాతి భవితవ్యం పట్ల బైరాగి వేదన "నూతన గొంతుకలు" ఓ ప్రతీకార చిత్రంగా శీర్షికను నిర్ణయించటమే కాకుండా కవితల్లో కూడా ప్రతీకాత్మకత దృశ్యాలు చిత్రించిన విధం అబ్బురపరుస్తుంది. నేటి మానవుని మానసిక సంఘర్షణను, మానవ వికాస దశలలో చీలిన బాటలు వెంటపడి మనిషి ఆవేదన పూరిత జీవిత పథాలను హామ్లెట్, అర్జునుడు, రాస్కల్నికోవ్ ద్వారా వ్యక్తీకరిస్తాడు. వైవిధ్యం గల మూడు పాత్రలు వాటి ద్వారా.. వాటి మధ్యన విస్మయకర భావైక్యతను సాధించడం కవిగా తను విశ్వజనీనతకు, మౌళిక దృక్పథానికి చిహ్నం."ప్రతీ మనిషీ ఒక గదిలో/చెదపురుగులు ప్రతి మదిలో/ప్రతి మనిషీ ఒక నదిలో/సుడిగుండం ప్రతి ఎదలో/ప్రతి మనిషీ ఒక చెరలో / ఉరికంబం ప్రతి హృదిలో". ఇలా ఈ కవితను ముగ్గురు మూడు రకాల దృక్పథాలకు ప్రతీకలు. హామ్లెట్ కర్మకు పూర్వం, అర్జునుడు కర్మక్షేత్రం, రాస్కల్నికోవ్ సందేశం కర్మానంతరం. వీటి మధ్య సంక్లిష్టతల వివరణ బైరాగి సామర్థ్యానికి ప్రతీక. బైరాగి సన్మానాలను, సోత్కర్షలను, కృత్రిమ సానుభూతి సందేశాలను నిరసించి అవకాశ వాదపు ఆర్భాటాలు అభినందనలు కాదన్నారు. అయినా పొగడని కవిని సమాజం

సన్మానించదు కదా.. కృత్రిమ దారులు పరిచిన సమాజపు బాటలో కాగిత పువ్వుల మెరుపులను, ప్లాస్టిక్ పూల సువాసనలనూ ఆఘ్రాణించి ఆనందించే సమసమాజ నాగరికత వైఖరికి స్వచ్ఛపు స్వేచ్ఛా విహంగాల వంటి సాహిత్యపు జీవులు దూరంగానే ఉంటారు. ఒక అలిశెట్టి.. ఒక ఆలూరి అటువంటి వారే. "ఏదో రాస్తున్నానని/కీర్తి కనక సౌధపు తలవాకిట పడిగాపులు కాస్తున్నానని ఎంచకు / బ్రహ్మాండపు గోదాలో, మిత్రుల నెత్తుట తడిసిన/ జేగురు మంటిలోన/కాలునిపై కలబడి కుస్తీ పడుతున్నాను/కాళీయుని ఫణాల పైన స్వేచ్ఛా నృత్యం చేస్తున్నాను" అనటంలో కవిత్వం నాకు హాబీ కాదు జీవన మథన సారమంటారు. ఆయన దృష్టిలో కవిత "చల్లని మలాము కాదు కవిత / నాగుబాము నాగుబాము / కాటేస్తుంది జాగ్రత్త/దీని కాటుకు విరుగుడు లేదు జాగ్రత్త". రాజకీయ రంగంపై "రైతులకు కూలీలకు టోపీ వేస్తారు / తేనె పూసిన కత్తులు, తడిగుడ్డలు అక్కర్లేదు/శుద్ధ ఖద్దరుతో గొంతులు కోయవచ్చు/గొర్రెలాంటి ప్రజాస్వామ్యం, జేబుదొంగల సోషలిజం "నేటి సమాజానికి ఓ సజీవ చిత్రంలా కనిపిస్తుంది ఈ కవిత కవిద్రష్ట". "గాబెల్స్ చెప్పిందే నిజం నిజం..../గాంధీజీ శిష్యుల రాజ్యంలో రెండే రెండుట జాతీయ పరిశ్రమలు..... వ్యభిచారాలు, దొంగ సారాబట్టీలు". సాహో బైరాగి....... సాహో........ నీ ధైర్యసాహసాలకు...... నీకలం పదునుకు...

బైరాగి మరణానికి భయపడని విరాగి... మృత్యువంటే ఓ సరదా....మృత్యువు ఆయనకు చిరపరిచిత మిత్రుడు.

"మృత్యువు ఏదో ఒకపూట చూచిపోయే అతిథి కాదు వెంటబడిన అప్పులవాడు

పుట్టుకలో పుట్టిన చావు చావులో చస్తుంది" అని ధైర్యంగా మరణాన్ని ఆహ్వానించిన అపర కవితా భీష్ముడు... ఆలూరి బైరాగి చౌదరి.

"మనిషిలో అన్నీ ఉన్నాయి కానీ నమ్మకమొకటి లేదు"

గోరా శాస్త్రి గారు బైరాగి గురించి చెప్పిన మాటలే ఈ వ్యాసం ముగింపు వాక్యాలు....

ఆంగ్ల సాహిత్యంలో ఫ్రాన్సిస్ థాంప్సన్ కు ఎంత ప్రాముఖ్యం ఉందో బైరాగికి మన సాహిత్యంలో అంత ప్రాముఖ్యం ఉంది.

ఆధునిక దృక్పథ ప్రతీక డా. నార్ల వెంకటేశ్వరరావు

"నాకు కావలసింది మీ ఆమోదం కాదు. మీలో ఆలోచన, నేను కోరేది మీ ప్రశంస కాదు. మీలో జిజ్ఞాస. ఎప్పటికప్పుడు పాత విషయాలను కొత్త దృష్టితో చూడ్డానికి మనం ప్రయత్నించాలి. పాత విశ్వాసాలను కొత్త పరీక్షలకు పెట్టుకోవాలి. కొత్త వ్యాఖ్యానాలను చెప్పుకోవాలి" నార్ల వారి ఈ మాటలు ఆయన తన పౌరాణిక నాటకాలను రాసుకొన్న పీఠికలలోనిది. ఆధునిక దృక్పథం నుంచి చూస్తే వీటికి సరైన సమాధానాలను అన్వేషించుకోవటంలో ఓ ప్రత్యేకత, వాస్తవ సత్యాలు గోచరమవుతాయి. ఇందుకు లోతైన అధ్యయనం అవసరమవుతంది.

పురాణాలపై తొలి సమగ్ర విమర్శ ప్రారంభించిన వారు కవి రాజు త్రిపురనేని రామస్వామి గారని చెబుతారు. ఆ తరువాత ఆ స్థాయిలో పురాణాలలోని అంశాలను చరిత్ర, జ్ఞానం, విజ్ఞానం, వర్తమానం అనే వాటి ఆధారంగా విపులంగా చర్చించినది కీ. శే. నార్ల వెంకటేశ్వరరావు గారు. ఆయన రాసిన పౌరాణిక నాటకాల్లో 'జాబాలి' 'సీతాజోస్యం" 'నరకంలో హరిశ్చంద్రుడు" ఇందుకు నిదర్శనాలుగా నిలుస్తాయి. "సీతజోస్యం) సమతా స్వాతంత్ర్యాలు సర్వత్రా నెలకొనాలనీ, దారిద్ర్యం, దైన్యం అనే భూతాలు మటుమాయమైపోవాలనీ, వివేక, విజ్ఞానాలు వర్ధిల్లాలనీ ఆయన అంటారు.

"సీతజోస్యం" పీఠికలలో ఆయన లేవనెత్తిన ప్రశ్నలు రామాయణ గాథకున్న చారిత్రక ఆధారాలేమిటి? రాముని మునులు వనవాసం ఏ ప్రాంతంలో? రాక్షసులెవరు? వారి స్థితిగతులేమిటి? రుషులెవరు? యజ్ఞయాగాదుల ప్రాధాన్యత ఎందుకు? ఆనాటి ఆయుధాలు ఎలాంటివి? మన పురాణాలపై పరిశోధనలు చేసిన వారిలో రమేషచంద్రదత్ ప్రముఖుడు. ఈయన మాటల్లో "రాముడు ఇంద్రునికి 'ఒక కొత్త మార్పు" నార్ల వారి 'సీతజోస్యం"

నాటకంలో దత్ గారి వ్యాఖ్యానాలకు ప్రాతిపదిక, ప్రాతినిధ్యం కనిపిస్తాయి. సీతారాముల వ్యక్తిత్వాలను కూడా నార్ల వారు విశ్లేషించారు. ఆయన అభిప్రాయంలో సీత వ్యక్తిత్వమే గొప్పది.

పురాణాల నుంచి చరిత్రను వేరు చేయాలి. మతం నుంచి నీతిని విడదీయాలి. చరిత్ర వేసిన పురాణం మన మేథాశక్తిని బలహీనపరుస్తుంది. హేతు దృష్టిని మందగింపజేస్తుంది. వాస్తవికతకు దూరం చేస్తుంది. నార్ల వారు "రామాయణం పూర్తిగా కల్పిత గాథ" గానే చారిత్రక ఆధారాలతో నిరూపించారు. కొన్ని సూచనలు, సిద్ధాంతాలను ప్రతిపాదిస్తారు. వాస్తవసత్యాలుగా ఋజువు చేసారు. చదువరులకు ఓ క్రొత్త మేథా దృక్పథాన్ని కలిగిస్తారు. రామాయణాన్ని కూలంకషంగా పరిశీలించిన జర్మన్ పండితుడు 'హెర్మన్ యాకోబీ విష్ణువునకు మరో పేరు 'ఉపేంద్రుడు' ఇతడు ఇంద్రుని సోదరుడు అని వివరిస్తారు. ఇందుకు సోదాహరణలు ఋగ్వేద, రామాయణాల నుంచి చూపిస్తారు. ఇలా అనేక మంది పండితులు విశ్లేషణలను పేర్కొంటూ తనదైన "క్రొత్త చూపును" నార్ల వారు ప్రకటించారు.

నార్ల వారి జీవనరేఖలను స్పృశిస్తే ఆయనలోని నిర్భీతి అర్థమవుతుంది. "నచ్చని నాయకుడిని ఎన్నుకోవాలని చెప్పే హక్కు గాంధీజీకి సహ ఎవరికీ లేదు" అని ఆయన తెగేసి చెప్పారు. "నిజము కప్పిపుచ్చి| నీతిని విడనాడి| స్వామి సేవ సేయు జర్నలిస్టు| తార్చువాని కంటే ఎక్కువ వాదురా" "ఏ ఎండకు ఆ గొడకు పట్ట నేర్చినవాడు ఏమైనా కావచ్చునేమో కాని, నిజమైన ఎడిటర్ కానేకాడు" అని నిష్కర్షగా చెప్పిన జర్నలిస్టు, సాహితీవేత్త, కవి, రచయిత, ఉద్యమకారుడు. తెలుగు ఇంగ్లీష్ ల్లో చక్కని పాండిత్యం కలిగి ఉండే వారు నార్ల వారు. ఆయనకు స్ఫూర్తి ప్రదాతలు బెర్నార్ట్, గురజాడ, కందుకూరి, వేమన, కవిరాజు త్రిపురనేని రామస్వామి చౌదరి తదితరులు. ఎం. ఎన్. రాయ్కు వీరాభిమాని క్రమంగా హేతువాదిగా, మానవవాదిగా జీవించారు. నార్ల వారిని గురించి గోరాశాస్త్రి గారు "తెలుగు నుడికారంలో "కారం" ఎంత ఉందో తెలియజెప్పినవాడు అని, ఖాసా సుబ్బారావు గారు 'విరామ మెరుగని పని రాక్షసుడు' అని నార్లని కొనియాడారు.

నార్ల వారు 1908 డిసెంబరు 1న జబల్పూర్ (మధ్యప్రదేశలో జన్మించారు. 1985 ఫిబ్రవరి 16న మరణించారు (76) 'వి. ఆర్. నార్ల అనేది వీరికున్న మరో పేరు. లక్ష్మణరావు, మహాలక్ష్మి గార్లు ఈయన తల్లిదండ్రులు. సులోచనాదేవి జీవితభాగస్వామి. వీరికి శారద, చంద్రకళ, మీనాక్షి, ఉమాదేవి, రమాదేవి అనే ఐదుగురు కుమార్తెలు, మోహన్దాస్, దుర్గాదాస్, లక్ష్మణదాస్ అనే ముగ్గరు కుమారులు. భారత విద్యుత్ రంగ నిపుణులుగా ఖ్యాతిగాంచిన నార్ల తాతారావు వీరి సోదరుడు. వీరి పెద్ద కుమార్తె కొల్లి శారద గుంటూరు నగరపాలక సంస్థకు మేయరుగా పని చేసారు. 1928లో కాంగ్రెస్ అనే పత్రికకు రాసిన ఉత్తరంతో పత్రికారంగ

ప్రవేశం చేసారు. 'స్వరాజ్య' 'జనవాణి "ప్రజామిత్ర" పత్రికల్లో మెరుపులు మెరిపించారు. 1938 నుంచి 1959 వరకు ఆంధ్రప్రభలో వివిధ హోదాల్లో పని చేసారు. తరువాత ఆంధ్రజ్యోతిలో (నార్ల వారి కోసం ఏర్పాటయినది) పని చేసారు. చాందస భావాలపై రాజీలేని పోరు చేసారు. తెలుగు పత్రికా రచనకు కొత్త గౌరవాన్ని మర్యాదను తీసుకువచ్చారు. బాలల కోసం 'వాస్తవమ్ము నార్ల మాట "అనే మకుటంతో నీతి పద్యాలు రాసారు. తరువాత దానిని 'నవయుగాల బాట నార్ల మాటగా మార్చి 700 పైగా సందేశాత్మక పద్యాలు రాసారు. తెలుగులోనే కాకుండా ఆంగ్లంలో కూడా రచనలు చేసారు.

ఈ జీవిత, జీవన, సామాజిక, కౌటుంబిక పరిశీలనాత్మక, ప్రయోగాత్మక, పరిశోధనాత్మక నేపథ్యంలో ఆయన రాసిన నాటకం 'సీతజోస్యం" ఈ రచనలో రెండు అంకాలున్నాయి. మొదటి అంకంలో సీతా, లక్ష్మణుడు, ఋషుల సంవాదం, రెండవ అంకంలో ఋషులు, రాముడు, సీతల సంవాదం ఉంది. ఈ మొత్తం నాటకంలో సీతను ఓ వ్యక్తిత్వం ఉన్న ధీమంతురాలైన స్త్రీగానే చిత్రించారు. అలవాటుపడిన సంప్రదాయరీతి, ఛాందస భావాలతో రామాయణం చదివే వారు ఈ నాటకంలో "సీతతధోరణిని భరించలేరు. ఒక బాణికి అలవాటుపడిన 'రోటీన్ వాదాలను 'సీత ఎదురించి నిలుస్తుంది. లక్ష్మణుడు ఆమెను వారించలేకపోతాడు. రాముడికున్న "మాటతప్పని" నైజంను రాక్షసులను వధించే విషయం వదిలేయమంటుంది. ఋషులలో ఆమె మాట్లాడిన తీరులోని తీవ్రత ఆమెలోని అసలైన స్త్రీ తత్వాన్ని తెలుపుతుంది.

అసలు రాక్షసులను ఎందుకు చంపాలని ప్రశ్నిస్తుంది. ఈ అడవులను మీరు ధ్వంసం చేస్తే వారి బ్రతుకులే ధ్వంసం కావా" "సేద్యం పట్ల వారికి ఆసక్తి లేదు. వారు హోమ గుండాలు ఎందుకు వెలిగించుకోవాలి? తన జీవిత విధానాన్ని ఎందుకు మార్చుకోవాలి" "జంతువులను వేటాడినట్టు తోటి మానవులను వేటాడి, వారి నివాస స్థానాలలో తిష్ట వేయడమే మీ నాగరికత" "భక్తుల స్వభావాన్ని బట్టి దేవతల స్వభావాన్ని నిర్ణయిస్తే మీ దేవతలే క్షుద్ర దేవతలేమో" ఇలా ఋషులను వివిధ రకాలైన వాస్తవాలనే ప్రశ్నలను సంధిస్తుంది. రెండవ అంకంలో రామునితో కూడా ఇదే ధోరణిలో మాట్లాడుతుంది. రాక్షస వధలో తాను 'అర్ష ధర్మం" పాటిస్తున్నాను అని రాముడు అంటే సీత వారు "ఆత్మరక్షణ" కోసం పోరాటం చేస్తున్నారంటుంది. తల్లిదండ్రులకు 'మునీంద్రుల వలే జీవిస్తామని ఇచ్చిన రాముని మాటను ఎత్తి చూపుతూ "మునీంద్రులు అస్త్రశస్త్రాలను ధరిస్తారా? నిరాయుధులను చంపి వేస్తారా అని గుర్తు చేస్తుంది. ముని వలే జీవించలేనపుడు ముని వేషం ఎందుకని ప్రశ్నిస్తుంది. చిత్రకూటంలో ఆశ్రమం నిర్మించుకొని చెప్పుకొన్న ప్రేమ బాసలను గుర్తు చేస్తుంది. ఎందుకీ "బలిజాతరని మెత్తగా నిందిస్తుంది. ఒక సామాన్య స్త్రీ వలనే భర్త పాదాలను తాకి, పట్టుకొని ప్రార్థిస్తుంది. "అమాయకులైన ఆటవీకులైన వీరిని ఋషుల మాటలు విని వధించడం

ఆపమని" కోరుతుంది. ఆమె వ్యధలో న్యాయముంది. అతని “వేటిలో” అవసరముంది. స్త్రీగా సాటి స్త్రీలకు మాంగల్య భిక్ష పెట్టమట్టుంది. అందుకు రాముడు నేటి పురుషుడు వలే అవసరమైతే నేను నిన్ను విడుస్తాను. లక్ష్మణుడిని విడుస్తాను. నా ప్రాణలైనా విడుస్తాను. కాని ఋషులకిచ్చిన మాటను తప్పను" అంటాడు. అందుకు సీత.... వంశ గౌరవం కోసం చెబుతూ...” ఎప్పుడో ఒకప్పుడు నట్టడవిలో నన్ను దిక్కులేని దాన్నిగా మీరు దిగ విడుస్తారంటుంది. 'సీతజోస్యం" నిజమయిందనే భావించాలి...

'సీతజోస్యం” రచనలో నార్ల వారు ఓ అద్భుత స్త్రీమూర్తిగా సీతను చిత్రిస్తారు. విశ్లేషణాత్మకమైన, విభిన్నమైన, ఆలోచనాత్మక, తాత్విక భావనలు కలిగిన దయార్థత సీత దృక్పథం చిత్రణలో నార్ల వారి రచనా శిల్పచాతుర్యం దృశ్యమానమవుతుంది. “రచనలో రచయిత వ్యక్తిత్వం రేఖామాత్రంగానైనా కనిపించవలసిందేనంటారు” బుచ్చిబాబు. 'సీతజోస్యం'లో సీత పాత్రలో నార్ల వారు కనిపిస్తారు. 1981లో ఈ రచనకు కేంద్ర సాహిత్య అకాడమీ పురస్కారం లభించింది.

KASTURI VIJAYAM

📞 00-91 95150 54998
KASTURIVIJAYAM@GMAIL.COM

SUPPORTS

- PUBLISH YOUR BOOK AS YOUR OWN PUBLISHER.

- PAPERBACK & E-BOOK SELF-PUBLISHING

- SUPPORT PRINT ON-DEMAND.

- YOUR PRINTED BOOKS AVAILABLE AROUND THE WORLD.

- EASY TO MANAGE YOUR BOOK'S LOGISTICS AND TRACK YOUR REPORTING.

www.ingramcontent.com/pod-product-compliance
Lightning Source LLC
LaVergne TN
LVHW030324070526
838199LV00069B/6552
* 9 7 8 8 1 9 6 4 8 7 2 8 7 *